कमी खर्चाचा व जास्त फायद्याचा मुक्त संचार गोठा : एक अभिनव प्रयोग

डॉ. एस. पी. गायकवाड

सकाळ प्रकाशन

Kami Kharchacha Va Jast Faydyacha Mukta Sanchar Gotha : Ek Abhinav Prayog
© S. P. Gaikwad

कमी खर्चाचा व जास्त फायद्याचा

मुक्त संचार गोठा : एक अभिनव प्रयोग

लेखक　　　　　: डॉ. एस. पी. गायकवाड

रो हाऊस नं. १०, स्वामी विवेकानंद रो हाऊसेस,

स्वामी विवेकानंद नगर, फलटण, जि. सातारा - ४१५५२३

ई-मेल : drspg2007@gmail.com

प्रथम आवृत्ती　　: डिसेंबर २०१६

चौथी आवृत्ती　　: जानेवारी २०२१

अक्षरजुळणी　　: दीपक अभंग, पुणे

मुखपृष्ठ　　　　: शिवदास मोरे, पुणे

ISBN　　　　　: 978-93-86204-26-4

संपर्क　：　　　०२०-२४४० ५६७८ / ८८८८८ ४९०५०
sakalprakashan@esakal.com

© All rights reserved.

No part of this publication may be reproduced or transmitted in any form or by any means, electronically or mechanically, including photocopying, recording, broadcasting, podcasting of any information storage or retrieval system without prior permission in writing form the writer or in accordance with the provisions of the Copy Right Act (1956) (as amended). Any person who does any unauthorised act in relation to this publication may be liable to criminal prosecution and civil claims for damages.

Disclaimer:

The views expressed in this book are those of the Authors and do not necessarily reflect the views of the Publishers.

शेतकरी हितास प्राधान्य देणारे,
नावीन्यपूर्ण कामकाजास प्रोत्साहन देणारे
गोविंद डेअरीचे प्रभावी व्यवस्थापन;
या योजनेची व्यवस्थित कार्यवाही करणारे,
त्या योजनांचा मनापासून प्रसार करणारे
पशुसेवा विभागाचे कर्मचारी, आणि
नवनवीन प्रयोग करण्यास
कायम तयार असणारे
माझे शेतकरी बांधव

या सर्वांना...

अनुक्रमणिका

पुस्तकातील सर्व
चित्रे रंगीत स्वरूपात
पाहण्यासाठी कृपया हा
QR कोड स्कॅन करा.

विषय प्रवेश

भारत हा कृषिप्रधान देश असून देशातील ७०% लोक हे शेतीवर अवलंबून आहेत. त्यामुळे शेती व शेतीपूरक व्यवसायालाही येथे महत्त्व आहे. रासायनिक खतांचा वापर करून भारताने कृषिक्रांती केली. वाढत्या लोकसंख्येस अन्नधान्याचा पुरवठा करण्यासाठी उपलब्ध शेतजमिनीवर जास्तीत जास्त उत्पादन घेण्याचेही अनेक उच्चांक केले, असे म्हणणे वावगे ठरणार नाही. परंतु उत्पादनवाढीच्या स्पर्धेत रासायनिक खते व कीडनाशकांचा वापर करताना योग्य मात्रा किंवा गरज यांचे तारतम्य न ठेवता भरमसाट वापर झाला. परिणामी निसर्गचक्रावर आघात झाल्याने आज बऱ्याच शेतजमिनींचे उत्पन्न निम्म्यावर आले आहे. निसर्गाच्या नियमानुसार जे जिवाणू गायीच्या शेणखतापासून मिळत होते, ते या जमिनीतील बायोम सिवर वाढून जमिनीला भुसभुशीतपणा आणत होते. त्यामुळे जमिनीत हवा खेळती राहत होती व जमिनीला जास्त प्रमाणात प्राणवायू मिळत होता. तसेच हे जिवाणू हवेतील आर्द्रता शोषून शेतजमिनीसाठी पाण्याची काही प्रमाणात व्यवस्था करत होते. त्यामुळे शेतीला पाण्याची गरज कमी होती. जमीन भुसभुसीत असल्याने जमीन पावसाचे पाणी धरुन ठेवत होती जास्तीत जास्त प्रमाणात पाणी जमिनीत मुरविण्याचे काम जिवाणू अहोरात्र करत होते. तसेच हवेतील नायट्रोजनचा वापर काही प्रमाणात करुन मातीतील कर्बाचे प्रमाणही वाढवत होते. अशा प्रकारे जमीन कमी पाण्यावर व कमी खतांवर जास्त उत्पन्न देत होती. परंतु अति रासायनिक खते व कीडनाशकांच्या वापरामुळे आज जमिनीचा पोत घसरत चाललला असून उसाचे एकरी १०० टन उत्पन्न देणाऱ्या जमिनी आता ४०-५० टन उत्पन्न देऊ शकत नाहीत, ही शोकांतिका आहे. दिवसेंदिवस अशा प्रकारच्या जमिनींची संख्या वाढत आहे.

पूर्वी पाऊस पडला की जमिनीला एक प्रकारचा सुगंध यायचा, परंतु आता हा सुगंधच गायब झाला आहे. पाऊस पडल्यानंतर पावसाच्या वातावरणामुळे जमिनीत अगोदरच उपलब्ध असलेल्या परंतु सुप्तावस्थेत असलेल्या असंख्य जिवाणूंची कार्यक्षमता वाढून त्यांचे कामकाज जोमाने चालू होते. परंतु आता जमिनीत जिवाणूच राहिले नाहीत. आणि पाऊस पडल्यानंतर त्यांचे कामकाज पाहिजे त्या प्रमाणात प्रभावीपणे होत

नाही. त्यामुळे जमिनीला पाऊस पडल्यानंतर जो सुगंध यायचा तो येत नाही. आणि हे जमिनीची कार्यक्षमता कमी झाल्याचे लक्षण आहे.

त्यामुळे कधी ना कधी आपणास पुन्हा त्याच गोष्टींचा वापर करणे भाग आहे. या सर्व गोष्टीसाठी आज जनावरांच्या शेणखताची फार आवश्यकता असून ज्याच्याकडे जनावरे आहेत अशाच शेतकऱ्याची शेती ही शाश्वत होईल. अन्यथा जमिनीचा पोत घसरुन काही दिवसांनी त्या उत्पादनक्षम राहणार नाहीत. दिवसेंदिवस शेतजमीन कमी होत असून लोकसंख्येमुळे जमिनीवर जास्त उत्पादनासाठी वाढीव ताण आहे. त्यामुळे रासायनिक खते व कीडनाशके तसेच जैविक खतांचा मेळ घातला पाहिजे. यासाठी काही प्रमाणात का होईना, जनावरांच्या संगोपनाची आज नितांत गरज आहे.

वरील सर्व गोष्टींचा ऊहापोह केल्यानंतर आपणास प्रकर्षाने जाणवते, की ज्यांना शेती फायद्याची, शाश्वत करावयाची आहे त्यांनी काही प्रमाणात का होईना जनावरांचे संगोपन करुन आपल्या शेतातील शेणखताचा वापर वाढवावा किंवा जनावरे असलेल्या व शेतजमीन कमी किंवा नसलेल्या परंतु जनावरांचे संगोपन करणाऱ्या शेतकऱ्याशी हातमिळवणी करुन आपणास शेणखत कसे उपलब्ध करता येईल व आपली जमीन नापीक होण्यापासून कशी वाचवता येईल, याकडे लक्ष देणे ही सर्वांत महत्त्वाची बाब आहे. परंतु आज पशुसंगोपन करावयाचे म्हटले तर ते सोपे काम नाही. कारण आज कारखानदारीमुळे कामगारांचा पशुपालनासाठी वापर करणे न परवडणारे झाले आहे. परिणामी, पुरेसे मनुष्यबळ उपलब्ध होत नाही. शेणाच्या व्यवसायात काम करण्यास माणसे फार उत्सुक नसतात त्यामुळे हा 'शेणाचा व्यवसाय' हे नामकरणही आपणास बदलावयास पाहिजे, तसेच आपण पशुसंगोपनात असे काही बदल करणे आवश्यक आहेत, की ज्यामुळे आपणास हा व्यवसाय कमी श्रम, कमी खर्च, कमी कटकट व जास्त नफ्याचा वाटला पाहिजे. या सर्व गोष्टींसाठी एकच पर्याय म्हणजे कमी खर्चाचा मुक्त संचार गोठा होय.

आज मुक्त संचार गोठ्यात जे खत तयार होते, ते गांडूळ खतापेक्षाही चांगल्या दर्जाचे असून कमी श्रमात व कमी खर्चात तयार होते. मुक्त संचार गोठ्यात आपण पाचट टाकतो, त्यामध्ये शेण पडते व असे शेण जनावरांच्या पायाने तुडवल्यामुळे व कोंबड्यांच्या पायांनी विस्कटल्यामुळे शेणाची पावडर तयार होते. या शेणात जनावरांचे मूत्र मिसळते व या पूर्ण प्रक्रियेत उपयुक्त जिवाणू म्हणजे ईएमचा प्रभावीपणे वापर केल्यास त्यांचे चांगले जिवाणू खत तयार होऊन हे जिवाणूयुक्त शेणखत फायदेशीर ठरते.

जनावरांना एकसारखे एकाच जागेवर बांधून ठेवल्याने त्यांचे आजारी पडण्याचे प्रमाण वाढते, परिणामी, उत्पन्नातील घट व औषधोपचाराचा खर्च वाढून दुधाची गुणवत्ता खालावते. या सर्व गोष्टींवर मात करण्यासाठी आज मुक्त संचार गोठा निर्मिती ही फार मोठी गरज आहे. गोविंद डेअरीचे तत्कालीन व्यवस्थापकीय संचालक श्री. गणपतराव धुमाळ कायम म्हणायचे की, ज्या गायींवर आपण सर्व अलंबून आहोत, ती गायच आज पूर्ण पारतंत्र्यात आहे. तिला एक नाही, दोन नाही, तर कधी कधी तीन दाव्यांनी बांधलेले असते व एकदा तिला बांधले की बऱ्याच ठिकाणी वर्षभर सोडत नाहीत. ही फार मोठी शोकांतिका आहे. यावर काम होणे गरजेचे आहे. माणूस ज्या अर्थाने आज स्वतंत्र आहे, त्याला पाहिजे त्या वेळेस अन्न, पाणी, निवारा मिळतो, त्या प्रमाणात आपण जनावरांना असे स्वातंत्र्य देतो का, हा प्रश्न आज फार महत्त्वाचा आहे. आज ज्याप्रमाणे आपण जनावरे दावणीला बांधतो, त्याप्रमाणे या कामकाजाच्या ओझ्याने आपणही दावणीला बांधलो गेलो असून उत्पन्न कमी व काम जास्त अशी आपली अवस्था झाली आहे. त्यामुळे मुक्त संचार

गोठ्याचा वापर करून आपण प्रथम या दुष्टचक्रातून जनावरांची सुटका करू. यानंतर ही जनावरेच आपल्याला कामकाजाच्या दुष्टचक्रातून बाहेर काढल्याशिवाय राहणार नाहीत हे तितकेच खरे आहे.

मुक्त संचार गोठ्यामुळे फक्त कामच कमी होत नसून दूध व दुधाची गुणवत्ता सुधारण्यासही चांगल्याप्रकारे मदत होते. आज आपण म्हणतो की, शेतकऱ्याला त्याच्या मालाचा दर ठरविण्याचा अधिकार नाही. पाण्याच्या बाटलीचा दर हा दूधाच्या दरापेक्षा जास्त आहे. परंतु याची दुसरी बाजू पहिली तर आज साध्या एक रुपये किंमत असणाऱ्या पाण्याला शुद्ध व व्यवस्थित करून जर १५ ते २० रुपये दर मिळत असेल तर एवढ्या पौष्टिक व सात्विक असणाऱ्या दुधाला जास्त दर का नाही मिळणार? आज सगळेच दुधाच्या अधिक उत्पादनासाठी प्रयत्न करतात, परंतु पाण्याच्या बाटलीप्रमाणे दर मिळवायचे ठरवले तर २० रुपये प्रति लिटर दुधाला प्रति लिटर ५० ते ६० रुपये दर मिळविता येऊ शकतो आणि हे दुसरे तिसरे कोणी नाही तर दूध उत्पादकच करु शकतो. बाजारात वांगी किंवा कोणतीही भाजी विकायला गेल्यास चाळीस रुपये किंमत सांगितली तर ग्राहक वीस रुपयांपासून मागायला सुरवात करतात, तेच दुकानात दहा रुपयांचा बिस्कीट पुडा कमी किंमतीत मागितला तर दुकानदार बाहेरचा रस्ता दाखवतो. आपल्या शेतमालाची गुणवत्ता सातत्याने टिकवून जर ग्राहकांच्या मनात गुणवत्तेचे स्थान निर्माण केले, तर मालाचे दर ठरविण्याचे अधिकार शेतकऱ्यास लवकरच प्राप्त होतील, असे मला वाटते.

सांगायला आनंद वाटतो की, जे काही निवडक शेतकरी मुक्त संचार गोठ्याचा वापर करून गेली ७-८ वर्षें सेंद्रिय शेती करत आहेत, ते फक्त दुधालाच जास्त दर घेत नाहीत तर त्यांचा सेंद्रिय शेतमालही ते त्यांनी ठरविलेल्या दरात विकताना दिसतात. हेच जर प्रत्येक शेतकऱ्याने ठरविले तर त्यांना त्यांचे भवितव्य चांगल्याप्रकारे घडविता येईल व शेती एक कंपनी म्हणून तयार होईल तिथे गुणवत्तायुक्त मालाची निर्मिती होईल व मालाला जास्त किंमत देणारे ग्राहकही असतील. त्यासाठी मुक्त संचार गोठा हा फक्त पशुसंगोपनासाठीच न करता त्या मार्फत शेतीचा पोत सुधारुन शाश्वत शेती कशी होईल व यासाठी मुक्त संचार गोठा कसा फायदेशीर आहे, यावर लक्ष केंद्रित करणे आवश्यक आहे.

आजकाल ग्रामीण भागातील तरुण नोकरी-धंद्यासाठी ज्या प्रमाणात शहरी भागात स्थलांतरित होत आहेत, हा लोंढा थांबविण्याचे महत्त्वाचे काम हे दुग्धोत्पादन व्यवसायातील आधुनिकीकरण नक्कीच काही अंशी करु शकेल. त्याद्वारे ग्रामीण भागात सुद्धा व्यवसायाचे जाळे निर्माण होऊन तरुणांना गावातच व्यवसाय करता येईल. आज शेणाचा व्यवसाय म्हणून तरुण या व्यवसायाकडे वळत नाहीत व जास्त कष्टाच्या कामामुळे त्यांना यात प्रतिष्ठा वाटत नाही. हा व्यवसाय केल्यास लग्नाचे चांगले स्थळ मिळणार नाही, त्यापेक्षा कमी पैशाची नोकरी बरी असा समज तरुणांमध्ये आहे. मात्र मुक्त संचार पद्धतीमुळे २ ते ३ महिने शेण काढावे लागत नाही व त्यानंतर काढावयाचे झाल्यास मशिनरीच्या साहाय्याने काढता येते. रोज जनावरे धुण्याचे काम नसते, अशी बरीच कामे या पद्धतीत कमी झाल्याने हा व्यवसाय प्रतिष्ठेचा बनू लागला आहे. त्यामुळे अनेक नवयुवक अद्ययावत तंत्रज्ञानाच्या मदतीने या व्यवसायात चांगला जम बसवत आहेत. डेअरी मध्ये नोकरी मागण्यासाठी आलेला नवयुवक दोन वर्षांनी आपणास कामासाठी आणखी दोन व्यक्ती मिळतील का, यासाठी येऊन भेटतो, ही या मुक्त संचार गोठ्याच्या रुपाने शेणाच्या धंद्याचे चांगले व्यवसायीकरण झाल्याचे उदाहरण आहे.

- डॉ. एस. पी. गायकवाड

१. पशुसंगोपनात गोठ्याचे महत्त्व

पशु संगोपनात त्यांच्या निवाऱ्याचे योग्यरीत्या व्यवस्थापन करणे फार महत्त्वाचे आहे. जनावरांची जोपासना ती ज्या त्या भागात असतात, तिथे चांगली होते व त्यांची उत्पादनक्षमताही त्या पद्धतीने चांगली असते. अशी जनावरे सदर वातावरणाशी समरस झालेली असतात. परंतु आता आधुनिकीकरणामुळे विविध प्रकारच्या वातावरणात, वेगवेगळ्या भागांत कोणत्याही जनावरांचे संगोपन करणे शक्य झाले आहे. यातूनच वातावरण नियंत्रक जनावरांच्या गोठा पद्धतीचा उगम झाला. आपल्याकडील देशी गायींचे दूध उत्पादन कमी झाल्याने आपण जास्त दूध देणाऱ्या होलस्टीन फ्रिझीयन गायी बाहेरच्या देशातून आयात केल्या व त्यांचे संगोपन चालू केले. अशा गायींना थंड वातावरण आवश्यक असते. आपण ज्याप्रमाणात या गायींना त्यांच्या गरजेप्रमाणे वातावरण देऊ, त्या पद्धतीने त्या पूर्ण क्षमतेने दूध देतात. अशा जनावरांसाठी त्यांच्या गरजेप्रमाणे गोठ्याच्या संरचना तयार करण्यात आल्या.

२. गोठ्यांचे प्रकार

बंदिस्त गोठा पद्धत

या पद्धतीच्या गोठ्यात गायी एकाच ठिकाणी बांधून ठेवतात, त्यांना दिवसातून २-३ वेळा चारा व पाणी जागेवरच दिले जाते. अशी जनावरे एकाच ठिकाणी बांधली जातात त्यांना फक्त ४ × ८ फूट या जागेतच त्यांना राहावे लागते. परिणामी, बसलेल्या ठिकाणीच जनावरे शेण व मूत्र विसर्जित करतात. त्यावरच त्यांना बसावे व उभे रहावे लागते. मलमूत्र एकत्र झाल्याने त्या ठिकाणी ओलावा निर्माण होतो व त्यातून अमोनियासारखे घातक वायू निर्माण होऊन जनावरांची रोगप्रतिकारशक्ती कमी होते. एकंदरीत अशा वातावरणामुळे जनावरे आजारी पडण्याचे प्रमाण वाढते व दूध उत्पादन कमी होऊन जनावरांच्या आजारावरील खर्चही वाढतो. या बंदिस्त गोठा पद्धतीत अजून दोन प्रकार पडतात.

शेपटीकडे शेपटी असणारा गोठा (Tail to Tail)

या पद्धतीत जनावरे गोठ्यातच बांधून ठेवतात. परंतु त्यांच्या बांधण्याच्या जागेत बदल असतो. या

बंदिस्त गोठा पद्धतीतील शेपटीकडे - शेपटी गोठा पद्धत

ठिकाणी जनावरांची गव्हाण बाहेरील बाजूस असते त्यामुळे जनावरांची तोंडे बाहेरील बाजूस असतात व शेपट्या एकमेकांकडे असतात. दोन्ही जनावरांच्या मागील बाजूस गटर काढलेले असते व दोन गटरमधून येण्या जाण्यासाठी ३-४ फुटांची जागा ठेवलेली असते.

तोंडाकडे तोंड असणारा गोठा (Head to Head)

या प्रकारच्या गोठ्यात दोन्ही बाजूस जनावरे असतात त्यांची चारा खाण्याची गव्हाण ही मध्यभागी असते. बरेच शेतकरी मध्ये ३-४ फूटांची जागा जाण्या-येण्यासाठी ठेवतात. या पद्धतीत जनावरांची तोंडे एकमेकांकडे असल्याने या गोठ्यास 'तोंडाकडे तोंड असणारा गोठा' असे म्हणतात.

एकपाखी गोठा

या गोठ्यात जनावरांची एकच ओळ असते. बहुतांश घरांच्या शेजारी अशाच प्रकारचे गोठे असतात. गोठ्याच्या एका बाजूच्या भिंतीचा प्रश्न घराच्या भिंतीचा आधार घेऊनच सोडविला जातो. ज्या शेतकऱ्याकडे सर्वसाधारणपणे १० पेक्षा कमी जनावरे असतात, ते या गोठ्याचा प्राधान्याने वापर करतात.

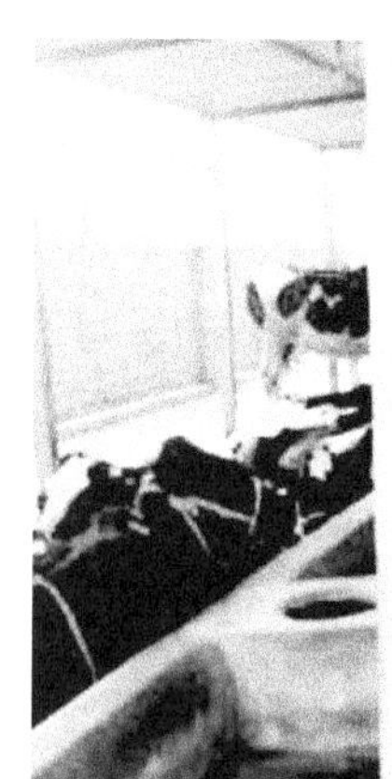

बंदिस्त गोठा पद्धतीतील तोंडाकडे - तोंड गोठा पद्धत

३. मुक्त संचार गोठा म्हणजे काय?

या पद्धतीच्या गोठ्यात जनावरांना ठरावीक जागेत कुंपण करुन मुक्त ठेवले जाते. फक्त धार काढताना त्यांना बांधून त्याचवेळी त्यांना पशुखाद्य दिले जाते. पाणी व चारा गव्हाणीमध्ये ठेवला जातो. त्यामुळे त्यांना पाहिजे त्या वेळेस ते चारा खाऊ शकतात, तहान लागल्यावर पाणी पिऊ शकतात.

त्यांच्या इच्छेनुसार ते सावलीत तर कधी उन्हामध्ये बसतात. अंग घासण्यासाठी ब्रश लावलेले असतात. या गोठ्यातील जनावरांना बऱ्यापैकी स्वातंत्र्य असते. त्यामुळे या गोठ्यास 'मुक्त संचार गोठा' असे म्हणतात.

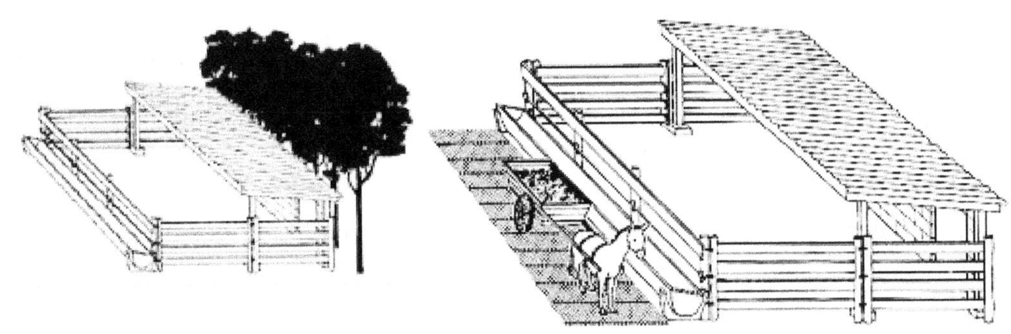

४. पार्श्वभूमी

मुक्त संचार गोठा ही पद्धत तशी जुनीच आहे. पारंपरिक पद्धतीमध्ये सुद्धा सर्व जनावरे रानात चरायला घेऊन जात असत व सायंकाळी जनावरे चारुन आणल्यानंतर त्यांना एका कुंपण असलेल्या गोठ्यात मुक्त ठेवले जात असे. पुन्हा दुसऱ्या दिवशी सकाळी या जनावरांना रानात चारा खाण्यास घेऊन जात व रानातच उपलब्ध असणाऱ्या पाणवठ्यावर ती सकाळी व सायंकाळी पाणी पिऊन पुन्हा या कुंपण असणाऱ्या गोठ्यात परतत. अशा गोठ्यात जनावरांना चारा व पाणी दिले जात नव्हते, फक्त त्यांच्या निवाऱ्याची सोय यात केली जात होती. परंतु कालांतराने देशी जनावरांचे संकरण झाल्याने त्यांच्या गरजा वाढल्या. त्यामुळे त्यांना हे व्यवस्थापन मानवत नव्हते. म्हणूनच या जनावरांना बांधून ठेऊन एकाच जागेवर चारा व पाणी देण्याचे नियोजन करण्यात आले की, त्यामुळे त्यांची उर्जा जास्तीत जास्त दूध उत्पादनासाठी खर्च व्हावी अशी अपेक्षा होती.

दिवसेंदिवस वाढत्या लोकसंख्येला अन्नधान्य पुरवठा करण्याचा ताण उपलब्ध शेतजमिनीवर पडल्याने चराऊ रानांचे रुपांतर शेतीत झाले आणि जनावरांना चरण्यासाठी आवश्यक असणारी कुरणेही कमी होऊ लागली. त्यामुळे जनावरांना बांधून ठेऊन त्यांना सर्व सोयीसुविधा एकाच ठिकाणी देण्याची सुरुवात झाली. सध्या बऱ्याच गोठ्यांमध्ये पाण्याची २४ तास उपलब्धता करण्यासाठी गव्हाणी शेजारीच पाण्याची व्यवस्था केली जाते, ज्यामुळे जनावरांना जेव्हा जेव्हा तहान लागेल त्या वेळेस ते पाणी पिऊ शकतात. जनावरांना बसण्यासाठी जी जागा वापरली जात असे, तेथील मुरुमाची जागा काँक्रिटने घेतली व अशा काँक्रिटच्या समस्या सोडविण्यासाठी रबरी गादीचा वापर सुरु झाला. परंतु त्यामुळे जनावरांनी नैसर्गिकरीत्या राहण्याची सवय मोडली.

परिणामी जनावरांमध्ये आजारांच्या प्रमाणात वाढ झाली. त्यांचा व्यायाम कमी झाल्याने खाल्लेल्या अन्नाचे पचन व्यवस्थितपणे होत नव्हते. जनावरांमध्ये वाढीव दूध उत्पादन देण्याची क्षमता असतानाही त्यांना पुरेशा सोयीसुविधा नसल्याने ते त्या प्रमाणे उत्पादन करु शकत नव्हते. या सर्व

गोष्टींवर उपाय म्हणून मुक्त संचार गोठा आवश्यक आहे, असे पशुपालकांना वाटू लागले.

मोठमोठ्या संस्था व संशोधन प्रकल्पांमध्ये मुक्त संचार गोठ्यांचा वापर फार पूर्वीपासूनच केला जात आहे. परंतु त्यांचा अवाढव्य खर्च पाहता सर्वसामान्य शेतकऱ्यांसाठी असा गोठा पाहण्यास फार चांगला वाटतो, पण ज्यावेळेस तो करण्याची वेळ येते, त्यावेळी तो करण्यास पशुपालक धजावत नाहीत. एकंदरीत अशा गोठ्याची गुंतवणूक पाहता शेतकऱ्यांना ती जास्त वाटते. परंतु ज्यावेळेस कमी खर्चात हा गोठा निर्माण करता येतो हे शेतकऱ्यांच्या लक्षात आले त्या वेळी अशा गोठ्यांची निर्मिती झाली.

५. पहिला प्रयोग व प्रसार : गोविंद मुक्त संचार

सर्वसामान्य शेतकऱ्याचा विचार करता मजुरांची उपलब्धता दिवसेंदिवस कमी होत असून जर मजूरच उपलब्ध झाले नाहीत तर मजुरांअभावी पशुसंगोपनात अडचणी निर्माण होऊ शकतात.

या विचाराने मुक्त संचार गोठा निर्मितीला चालना मिळाली. मुक्त संचार गोठा करण्यासाठी गोविंद डेअरीचे प्रयत्न चालू झाले. त्यासाठी सुरुवातीस बाहेरील तज्ज्ञ मंडळींना आमंत्रित करुन शेतकऱ्यांसाठी परिसंवादाचे आयोजन करण्यात आले. त्यामुळे मुक्त संचार गोठ्याबद्दल दूध उत्पादक शेतकऱ्यांच्या मनात उत्सुकता निर्माण झाली. त्यानंतर दूध उत्पादक शेतकऱ्यांच्या सहलींचे नियोजन करुन चांगले मुक्त संचार गोठे दाखविण्यास सुरुवात केली. त्याकाळी लहान व कमी खर्चाचे मुक्त संचार गोठे नव्हते त्यामुळे लोखंडी आराखड्यात केलेले जास्त खर्चाचे मुक्त संचार गोठे दाखविण्यात आले. अशा बऱ्याच सहलींचे डेअरीच्या खर्चाने आयोजन करुन त्यांना मुक्त संचार गोठा तयार करण्यास प्रवृत्त करण्यासाठी अनेक प्रयोग करण्यात आले. परंतु सहलीवरुन आल्यानंतर मुक्त संचार गोठा कधी करणार असे शेतकऱ्यांना विचारले असता कोणीही शेतकरी गोठा तयार करण्यास लगेच राजी होत नाही हे दिसले. कारण गोठ्याचा एकंदरीत खर्च पाहता तो फार खर्चिक असून आपल्यासारख्या सर्वसामान्य शेतकऱ्यास तो परवडणारा नाही, असे त्यांचे म्हणणे होते आणि अशा प्रकारे अनेक सहली काढूनही त्याचा उपयोग झाला नाही.

नंतर २००८ मध्ये यात गांभीर्याने विचार करून काही शेतकऱ्यांशी चर्चा करुन याबाबतचे कोडे उलगडले. यातून एक लक्षात आले, की कमी खर्चात मुक्त संचार गोठ्याचा एक नमुना गोठा करुन तो जर शेतकऱ्यांना दाखवला तर मुक्त संचार गोठ्याचा प्रसार अधिक चांगला होईल. यासाठी एक श्री. संदीप पवार राजळे या शेतकऱ्याला निवडण्यात आले. या कामी त्यांना कुरकुंभ येथील ४० ते ५० गाईंचा

हायटेक गोठा पाहण्यासाठी पाठविण्यात आले. तो पाहून त्यांनी मुक्त संचार गोठ्याच्या संकल्पनेचा मनोमन आराखडा तयार केला व काम चालू केले. त्यांच्याकडे जुन्या बोअरवेलमधून काढलेले लोखंडी पाईप होते. बाभळीच्या झाडाची काही लाकडे व बाजारातून बांबू विकत आणून त्यांनी आहे त्याच त्यांच्या शेडला कुंपण करण्यास सुरुवात केली. सुरुवातीस ७ फुटाचे अंतर ठेवून खड्डे खणले. त्यांचा पूर्वी १० गायींचा ४० फूट लांबी व १२ फूट रुंदीचा गोठा होता. त्यावर त्यांनी छताचे आच्छादन केले होते. या गोठ्यास त्यांनी ४० फूट लांब व ४० फूट रुंद असे कुंपण तयार केले. एकूण १७ खड्डे घेऊन त्यात जमिनीपासून ५ फूट डांब उंच राहतील अशा पद्धतीने रोवले. रोवताना प्रत्येक खांबाला चांगला आधार मिळावा म्हणून १.५ फूट जमिनीत गाडला जाईल याची दक्षता घेतली व प्रत्येक खांबाच्या जमिनीतील भागास डांबर लावले, जेणेकरून लाकडाचा भाग लवकर खराब होऊ नये. एका बाजूस बांबूचा दरवाजा तयार केला. त्यानंतर अशा खांबांना आडवे बांबू लावले. बांबू लावताना पहिला बांबू जमिनीपासून दीड फूट उंचीवर व त्यानंतर प्रत्येक फुटावर एक एक बांबू लावून एक छान कुंपण तयार केले. अशा पद्धतीने रुपये ४,०००/- खर्च करुन आहे त्या गोठ्याचे मुक्त संचार गोठ्यात रूपांतर केले व गोठ्यात जनावरे मुक्त सोडली.

त्यांनी ज्यावेळी पहिली गाय गोठ्यात सोडली, तेव्हा ती सुरुवातीस २-३ मिनिटे भीतभीत चालत होती व त्यानंतर गायीने उंचच उंच उड्या मारण्यास सुरुवात केली. वासरे तर या टोकापासून त्या टोकापर्यंत धावत सुटली. बऱ्याच वेळेस त्यांना वेग आवरत नसल्याने ती थेट कुंपणावर जाऊन धडकायची. अशा प्रकारे जनावरे त्यांच्या मुक्तीचा

आनंद लुटत होती. काही भांडणाऱ्या गायींची झुंज चालू झाली. कधी कधी तर त्यांची झुंज फार भयानक वाटायची, त्या एकमेकांना जास्त जखमी करतील, असे वाटायचे. अशा वेळेस हातात काठी घेऊन गोठ्यात उभे राहावे लागले परंतु तास-दोन तासांत सर्व जनावरे शांत झाल्याचे दिसले. त्यानंतर काही जनावरे पाणी पिऊ लागली तर काही गव्हाणीतील चारा खाऊ लागली. उड्या मारुन दमल्यानंतर काही जनावरे शांत व स्वच्छ ठिकाणी निवांत व आराम करत बसली. पहिल्या दिवशी गोठ्यातील शेण काढण्याची आवश्यकता वाटली नाही. कारण बऱ्याच प्रमाणात गायींनी शेण बाहेर मैदानात टाकले होते व सूर्यप्रकाशाने ते सुकले होते.

गायींना पाणी पाजावे लागले नाही. त्यांना तहान लागली तेव्हा त्या त्यांच्या मनाप्रमाणे पाणी पीत होत्या. सायंकाळी धार काढण्यासाठी जनावरे बांधली व त्यावेळेसच जनावराच्या दूध देण्याच्या क्षमतेप्रमाणे त्यांना पशुखाद्य दिले. धारा काढून झाल्यांनतर त्यांना पुन्हा सोडून दिले. त्यानंतर गव्हाणीत चारा टाकला. जनावरे त्यांच्या आवडीप्रमाणे चारा खात होती. काही जनावरे मध्येच पाणी पिण्यासाठी पाण्याची सोय केलेल्या ठिकाणी जाऊन पाणी पीत होती व पुन्हा विश्रांती घेत होती किंवा चारा खात होती. अशा प्रकारे जनावरांचा मुक्त संचार गोठ्यातील पहिला दिवस चांगला गेला. हळूहळू त्यांच्या लक्षात आले की जनावरे वेगवेगळ्या ठिकाणी बसतात व शेणही वेगवेगळ्या ठिकाणी टाकतात त्यामुळे शेणामुळे जनावरे घाण होण्याचे प्रमाण कमी झाले होते, त्यामुळे जी जनावरे रोज किंवा दिवसाआड धुवावी लागत होती, ती आता धुण्याची गरज नव्हती. दररोज शेणही काढावयाचे नव्हते. दररोज पाणीही पाजावयाचे नव्हते. जनावरे उन्हात बांधा नंतर ऊन

आल्यावर परत सावलीत बांधा, अशी सोडबांध करावयाची गरज वाटत नव्हती. जनावरे त्यांना वाटेल त्यावेळेस ऊन्हात निवांत जाऊन बसायची व ऊन जास्त झाल्यावर त्यांच्या मर्जीने सावलीत जाऊन बसायची. त्यामुळे त्यांना असे वाटू लागले की त्यांनी केलेला प्रयोग लाभदायक होत असून यामध्ये नक्कीच फायदा आहे.

दोन-चार दिवसांत त्यांच्या असे लक्षात आले की, प्रत्येक गायीचे दूध देण्याचे प्रमाण एक-दोन लिटरने वाढले आहे. त्यांचा आहारही थोडा कमी झाला असून शेणाची पोहोटी सुद्धा चांगली येऊ लागली आहे. एकंदरीत नवीन प्रयोग कमी खर्चाचा व फायद्याचा आहे असे त्यांच्या लक्षात आले. त्यांनी आम्हाला त्या फार्मवर दोन दिवसांनी बोलवल्यानंतर ही सर्व हकीगत सांगितली. आम्हालाही फार समाधान वाटले, की ज्या मुक्त संचार गोठ्याच्या प्रसारासाठी आपण एवढे प्रयत्न करुन फार काही जमले नाही परंतु या शेतकऱ्याने चालविलेल्या हुशारीने आज मोठमोठे प्रश्न सहज सुटल्यासारखे वाटत होते. हे सर्व पाहून फार आनंद झाला. आता प्रश्न होता, की या पद्धतीचा प्रसार कसा करावयाचा? हा प्रश्नही फार काळ टिकला नाही. या शेतकऱ्याच्या आनंदी चेहऱ्याची व त्यांनी तयार केलेल्या गोठ्याची माहितीवजा मुलाखत मोबाईलच्या कॅमेऱ्याने घेतली व शेजारच्या शेतकऱ्याला दाखवली. त्याच्या तोंडून बाहेर पडलेले उद्गार ऐकूण मुक्त संचार गोठा प्रसार करण्याची मोठी अडचण दूर झाल्याचे लक्षात आले. तो शेतकरी म्हणाला, ''ही किती सोपी गोष्ट आहे. माझ्या जनावरांसाठी करावयास लागणाऱ्या मुक्त संचार गोठ्याचे अर्धे अधिक साहित्य तर माझ्याकडे असेच पडून आहे मी दोन दिवसांतच असा गोठा तयार करतो.'' आणि

त्या शेतकऱ्याने खरोखर दोनच दिवसात त्याच्या ७-८ गायींसाठी त्याच्याकडील साधनसामग्रीचा वापर करुन अगदी कमी खर्चात मुक्त संचार गोठा तयार केला. नेहमीप्रमाणे मुलाखतीद्वारे प्रसाराचे काम कायम ठेवल्याने अल्पावधीतच २०० मुक्त संचार गोठ्यांचा टप्पा पूर्ण झाला.

या गोठ्यांच्या निर्मितीतून एक मात्र सिद्ध झाले, की मुक्त संचार गोठा हा फायदेशीर आहे आणि तो कमी खर्चात म्हणजे शेतकऱ्याकडे असणाऱ्या साधनसामग्रीचा वापर करुन अगदी अल्प खर्चात करता येतो. २०० गोठ्यांचा टप्पा पूर्ण झाल्यानंतर या संकल्पनेची बातमी 'सकाळ' व 'ॲग्रोवन' मध्ये प्रसिद्ध झाली व संपूर्ण महाराष्ट्रात या गोठ्याचे वृत्त पोहोचले. त्यानंतर दूरदर्शन केंद्र, पुणे यांनी चांगली फिल्म तयार करुन पुढचे पाऊल टाकले आणि मुक्त संचार गोठ्याचा झपाट्याने प्रसार होण्यास मोलाची मदत झाली.

यानंतर बरेच शेतकरी बाहेरच्या तालुक्यांतून, जिल्ह्यांतून व राज्यांतून येऊ लागले. बाहेरच्या देशांतूनही काही तज्ज्ञ व्यक्तींनी राजळे येथील श्री. संदीप पवार, यांच्या मुक्त संचार गोठ्यास भेट देऊन त्यांना झालेल्या फायद्याची माहिती घेतली.

मुंबई पशुवैद्यकीय महाविद्यालय, परळचे तत्कालीन सहयोगी अधिष्ठाता डॉ. अब्दुल समद यांनी हा गोठा पाहिला व त्यांना ही संकल्पना फार आवडली. त्यांचे म्हणणे होते, की आम्हीही मुक्त संचार गोठ्याचा प्रसार करत होतो, परंतु आर्थिक अडचणींमुळे शेतकरी याकडे फारसे वळत नव्हते. परंतु कमी खर्चाच्या मुक्त संचार गोठा पद्धतीचा प्रसार होण्यास अडचण होणार नाही, असे वाटते. नंतर मुंबई पशुवैद्यकीय महाविद्यालयाच्या विद्यार्थ्यांची सहल

या मुक्त संचार गोठ्यावर नेण्यास सुरुवात करुन नवीन पशुवैद्यकशास्त्राचे धडे घेणाऱ्या विद्यार्थ्यांना या कमी खर्चाच्या, आधुनिक पद्धतीच्या गोठ्याच्या प्रसाराची कामगिरी दिली. विद्यार्थ्यांच्या मागणीमुळे मुंबई पशुवैद्यकीय महाविद्यालयाने नंतर इंटर्नशीप कार्यक्रमात या मुक्त संचार गोठ्याच्या अभ्यासाचा समावेश करुन विद्यार्थ्यांना हा नवीन विषय व पुढील संशोधनाचा एक चांगला मार्ग दिला. डॉ. कुलदीप चौरे या विद्यार्थ्याने आपला एम.व्ही.एस.सी. चा प्रबंध मुक्त संचार विषयावर केला. त्यांनी या कामी वेगवेगळ्या विभागातून १० साधे व त्यानंतर त्यांचे मुक्त संचार गोठ्यात रुपांतर झालेल्या गोठ्यांचा सखोल अभ्यास केला व त्याचे अहवालही सादर केले. यामुळे आम्हासही या मुक्त संचार गोठ्याबाबत सखोल शास्त्रीय माहिती मिळाली व आमच्या वेगवेगळ्या प्रकारच्या निरीक्षणास अधिकृत बळ मिळाले. डॉ. अब्दुल समद यांनी या मुक्त संचार गोठ्याबाबत बारकाईने अभ्यास करुन या पद्धतीचा हिरीरीने प्रसार केला. या कामी त्यांची महत्त्वाची भूमिका राहिली. त्यांनी पुढे या कमी खर्चाच्या मुक्त संचार गोठा पद्धतीची एक फिल्म तयार केली व त्याचे ''मुक्त संचार गोठा - पारंपरिक ज्ञानाची नवी व्याख्या'' असे मार्मिक नाव दिले.

अशा पद्धतीने गोविंद डेअरीमार्फत मुक्त संचार गोठ्याचा प्रसार झाला. यानंतर संदीप पवार - राजळे, हिरालाल सस्ते - निंबळक व अनिलकाका निंबाळकर - विंचुर्णी यांच्या मुक्त संचार गोठ्यांनाच प्रशिक्षण केंद्र बनविले. आलेले शेतकरी हे प्रथम गोविंद डेअरीत नावनोंदणी करुन व आवश्यक शुल्क भरुन प्रशिक्षण केंद्रांवर जाऊन गोठा यशस्वीपणे राबविणाऱ्या शेतकऱ्यांकडून प्रत्यक्ष प्रशिक्षण घेत होते. यामध्ये शेतकरी, विद्यार्थी, शास्त्रज्ञ, शासकीय पशुवैद्यकीय अधिकारी व संशोधन संस्थांमधील अधिकारी यांचा समावेश होता. कालांतराने या गोठा पद्धतीतून अधिकाधिक फायदा कसा मिळवता येईल व त्यातील अडचणी निवारणासाठी याच प्रशिक्षण केंद्रात संशोधनाच्या कामाला सुरुवात करण्यात आली.

मोठ्या भासणाऱ्या अडचणी शेतकऱ्यांच्या समूहाने एकत्र बसून सोडवल्या आणि यातूनच मुरघास, अझोला व हायड्रोपोनिक चारा उत्पादनाचाही चांगल्या प्रकारे प्रसार झाला.

६. मुक्त संचार गोठा तयार करण्याची पद्धत

मुक्त संचार गोठा करताना आपल्याला जनावरांसाठी ज्या सोयीसुविधा पुरवायच्या आहेत, त्याचा प्राधान्याने विचार करुन त्यानुसार गोठ्याचे नियोजन करता येऊ शकते. तसेच हा गोठा तयार करताना आपल्याकडील उपलब्ध साधनसामग्रीचाही विचार करुन मुक्त संचार गोठ्याचे नियोजन करता येऊ शकेल. मुक्त संचार गोठा तयार करताना पुढील गोष्टींचा विचार करावा लागेल -

- जागेची उपलब्धता
- ऊन-पाऊस यापासून बचावासाठी जनावरास निवारा
- पाणी पिण्याची सोय
- चारा खाण्यासाठी गव्हाण

या सोयीसुविधा आपण कशाप्रकारे देऊ शकतो, त्यावर गोठ्याचा खर्च अवलंबून आहे.

१. कमी खर्चाचा गोठा

या पद्धतीच्या गोठ्याची निर्मिती करताना कमी खर्चात अधिक सोयीसुविधा देण्याचा प्रयत्न केलेला असतो. या सुविधा किती काळ टिकतील, याचा कमी विचार केलेला असतो. कारण कमी भांडवलात बऱ्याच गोष्टींचे नियोजन करावयाचे असते. त्यामुळे ज्या गोष्टीमध्ये तडजोड करता येत नाही त्यासाठी जास्त खर्च करणे आवश्यक आहे. गोठ्याचे नियोजन करत असताना गायींसाठी खर्चात काटकसर करता येणार नाही कारण चांगल्या गुणवत्तेच्या गायींसाठी अशा वेळेस आपण लोखंडी वस्तू वापरण्यापेक्षा बांबू व लाकडांचा वापर करुन तसेच शेडसाठी पत्रा वापरण्यापेक्षा गवताचे छत करुन तसेच खाली भूपृष्ठभागासाठी काँक्रिट करण्यापेक्षा सुरुवातीस काही दिवस मुरुम टाकून पक्का भूपृष्ठभाग करुन व्यवसाय सुरू करता येऊ शकतो.

नंतर या व्यवसायात चांगली पकड बसली, की कायमस्वरुपी बांधकाम करता येऊ शकते.

आज एखाद्याला दुधोत्पादनाचा व्यवसाय करायचा असेल, त्यांच्याकडे जे काही भांडवल आहे, ते महागडा गोठा बांधकामात जास्त खर्च होते. परंतु महत्त्वाच्या कामासाठी पैशाची अडचण निर्माण होते

व यात तडजोड केल्याने गोठ्यासाठी खर्चिक नियोजन करुनही अपेक्षित दूध उत्पादन मिळत नाही. परिणामी, हा व्यवसाय परवडत नाही असे म्हटले जाते.

गोठा करताना प्रथम दोन प्रश्न विचारावे -

कमी खर्चाचा व जनावरांना आवडणारा गवताचे छत असणारा गोठा

- गायींच्या गोठ्यासाठी कोणते छप्पर करायला प्राधान्य देणार ?
- पत्रा किंवा गवताचे आच्छादन

या प्रश्नाचा गांभीर्याने विचार केला तर सामान्य दूध उत्पादक एक उत्तर देईल, की पत्र्याऐवजी गवताचे छप्पर परवडेल. गायींसाठी गवताचे छप्पर अधिक आरामदायक वाटत असेल तर महागडे पत्र्याचे छप्पर लावण्यापेक्षा कमी खर्चाचे गवताचे छप्पर दोन दृष्टीने फायदेशीर होईल, एक म्हणजे पैशाची बचत व दुसरे म्हणजे गायीस आरामदायक. परंतु हे गवताचे छप्पर १-२ वर्षांनी बदलावे लागते.

सिमेंट काँक्रिट शिवाय मुरुम व मातीचा गोठा

या एकमेव अडचणीमुळे कायमस्वरूपी बांधकाम करण्याकडे अधिक कल असतो व त्यामुळे वरील फायदा घेता येत नाही.

- गोठ्याच्या भूपृष्ठभागासाठी काय आवश्यक आहे ?

शेडचा खर्च वाचविण्यासाठी झाडाची सावलीचा वापर करु शकतो

काँक्रिट किंवा माती व मुरुम

अगदी कमी भांडवलात गोठा करावयाचा असेल तर वरील तीनपैकी पहिली गोष्ट म्हणजे निवाऱ्यासाठी काय करावयाचे याचे नियोजन पाहिजे. कमी खर्चात गवताचे छप्पर टाकून लाकडामध्ये ४० फूट लांब व १२ फूट रूंदीचे शेड करता येऊ शकते परंतु कमी पावसाच्या भागात जर तुमच्याकडे सावलीसाठी मोठे झाड असेल तर त्याच्या सावलीत जनावरांना चांगला नैसर्गिक निवारा होऊ शकतो. वर छायाचित्रात दाखविल्याप्रमाणे एखाद्या मोठ्या झाडाखाली असा मुक्त संचार गोठा होऊ शकतो. आता १० गायींचा मुक्त संचार गोठा करण्यास किती खर्च येईल ते पाहू.

- **निवारा :** यासाठी झाडाची मदत घेणार असल्याने निवाऱ्यासाठी जास्त खर्च करण्याची गरज नाही.

- **कुंपण :** मुक्त संचार गोठ्यासाठी जनावरांना एका मर्यादित जागेत बंदिस्त करण्यासाठी कुंपण करणे आवश्यक आहे. कुंपण लोखंडी पाईप

वापरुन वा लोखंडी जाळ्यांचा वापर करुन करता येऊ शकते. परंतु हे काम खर्चिक असल्याने व कमी खर्चात कुंपण करण्यासाठी लाकडी बांबूचा वापर करुन वरील छायाचित्रात दाखविल्याप्रमाणे कमी खर्चात चांगले कुंपण तयार होऊ शकते. १० गायींच्या गोठ्यासाठी सर्वसाधारणपणे २०० ते ३०० प्रति चौरस फूट प्रति जनावर या हिशोबाने २००० ते ३००० चौरस फूट एवढी जागा लागेल. ही जागा जनावरांच्या जातींप्रमाणे कमी जास्त होऊ शकते. बऱ्याच प्रसंगी काही जनावरे एकमेकांना मारणारी असतात, त्यांना जास्त जागा लागते तर शांत व कमी दंगा करणाऱ्या जनावरांसाठी कमी जागा लागते. जनावरांच्या सवयींप्रमाणे मुक्त संचार गोठ्यांचा अभ्यास केल्यानंतर प्रति जनावर किती जागा लागते, हे पाहून गोठे तयार केले आहेत.

सदर गोठ्यास २४०० चौरस फूट जागा लागेल, या हिशेबाने लांबी रुंदी किती असावी, ते पाहूया. ६० फूट लांब व ४० फूट रुंद असा गोठा केल्यास वरीलप्रमाणे जागा उपलब्ध होईल. या ४०×६० फूट गोठ्याच्या कुंपणासाठी काय लागेल, ते पाहू. सर्वात महत्त्वाचे म्हणजे कमी खर्चात गोठा करावयाचा असल्याने आपल्याकडे उपलब्ध साधनसामग्रीचा प्राधान्याने वापर करुन 'टाकाऊ पासून टिकाऊ' करण्याचा प्रयत्न केला पाहिजे. लाकडे बऱ्यापैकी उपलब्ध असतात किंवा उपलब्ध नसली तरी कमी खर्चात ती उपलब्ध होऊ शकतात. आता ६०×४० फूट गोठ्याची ६० फूट लांबी म्हणजे दोन्ही बाजूंनी मिळून १२० फूट लांबी व ४० फूट रुंदी म्हणजे दोन्ही बाजूंची मिळून ८० फूट, अशा प्रकारे दोन्ही बाजूंच्या लांबी रुंदी गृहीत धरुन एकूण २०० फूट लांब कुंपणासाठी साधनसामग्री गोळा करावी लागेल. कुंपण करण्यासाठी ४ ते ६ इंच व्यासाचे व ६ फूट उंचीचे खांब उभे करुन अशा खांबांना

आडवे बांबू लावून छानसे कुंपण तयार करता येईल. सर्वसाधारणपणे खांब उभे करण्यासाठी ७ ते ८ फुटांचे अंतर ठेवणे योग्य असते. ८ फुटांवर एक खांब असा हिशेब ठेवला तर २५ खांब लागतील. असे खांब तयार करण्यासाठी आपणाकडील उपलब्ध लाकडापासून ६ फूट लांबी मोजून एकसारखे लाकडाचे खांब करुन घ्यावेत. या लाकडाच्या जमिनीत जाणाऱ्या भागाला शक्यतो डांबर लावावे, जेणेकरुन जमिनीतील खांबाचा भाग कुजणार नाही व खांब लवकर खराब होऊन मोडणार नाहीत. त्यामुळे अशा मुक्त संचार गोठ्याचे आयुष्य

लाकडी डांब व बांबू वापरुन केलेले कुंपण

वाढते. सर्वसाधारणपणे खांबाची जमिनीपासूनची उंची ही ४.५ ते ५ फूट असावी. या उंचीवरुन शक्यतो संकरित जनावरे उडी मारुन बाहेर जाऊ शकत नाहीत. जर जमिनीत दीड फूट खोल खांब गाडले तर वर ४.५ फूट खांब उपलब्ध राहतील, ज्यांना आडवे बांबू लावून कुंपण करता येईल. जर जमीन कडक असेल तर एक फूट खोल खांब रोवला तरी चालेल. असे खांब रोवण्यासाठी अगोदर चुना टाकून आराखडा तयार करुन घ्यावा. या लांबी-रुंदीच्या आराखड्यात प्रत्येक ८ फुटांवर खुणा करुन घ्याव्यात. खुणा केलेल्या ठिकाणी १.५ फूट खोलीचे खड्डे घ्यावेत. खड्ड्यांमध्ये डांबर लावलेले ६ फुटी खांब रोवावेत. खांब रोवताना दगड व सिमेंटचा उपयोग करुन ते जनावरांच्या धक्क्याने वाकणार

नाहीत, याची काळजी घ्यावी. अशा पद्धतीने सर्व खांब रोवून घ्यावेत. खांब रोवल्यानंतर एक दोन दिवस सुकू द्यावे व नंतर त्यांना आडवे बांबू किंवा लहान निलगिरीच्या लाकडाच्या साहाय्याने कुंपण करावे. आता आडवे बांबू लावण्यासाठी किती ओळी करायच्या हे जनावरांवर अवलंबून आहे, बऱ्याच वेळेस ४ ते ६ ओळी केल्या जातात. उद्देश एकच - या आडव्या बांबूमधून जनावर बाहेर येऊ नये किंवा शिंगांनी कुंपणाची मोडतोड होऊ नये. बऱ्याच प्रसंगी असे आढळले आहे, की जनावरास शिंगे किंवा तोंड घालण्यास जागा मिळाली तर अशी जनावरे ताकदीच्या जोरावर नंतर हळूहळू कुंपण उद्ध्वस्त करतात.

अशा प्रकारचे बांबू किंवा लाकूड लावताना ते कायम खांबाच्या आतील बाजूसच लावावे. कारण यामुळे जनावर जरी त्यावर आदळले तरी, हा बांबू खिळ्यामधून निसटला तरी, या खांबाच्या आधाराने जागच्या जागी राहू शकतो. अन्यथा खांबाचा आधार नसल्याने जनावर त्यावर आदळले असता बांबू काही प्रसंगी खिळ्यामधून निघतात व कुंपण मोडते. अशा प्रकारचे कुंपण करताना बरेच खिळे किंवा नट-बोल्ट मारावे लागतात. या सर्वांची अणकुचीदार टोके ही बाहेरच्या बाजूस असावी, म्हणजे असा नट गोठ्याच्या आतील बाजूने बसवावा व बाहेरुन त्याचा बोल्ट बसवावा तसेच खिळा मारताना सुद्धा खिळा हा आतून बाहेरच्या दिशेला मारावा. जेणेकरुन खिळ्याचा भाग बाहेर आला तरी तो बाहेरच्या बाजूस राहील व जनावरास त्यापासून कोणतीही इजा होणार नाही. हे थोडे-थोडे बारकावेसुद्धा मुक्त संचार गोठा करताना विचारात घेणे फार महत्त्वाचे आहेत. बऱ्याच वेळेस असे कुंपण करताना बांबू खांबांना जोडण्यासाठी खिळे वापरावे किंवा नट-बोल्ट वापरावेत किंवा तारेने बांधावे.

- **तार :** बांबू तात्पुरते खांबास बांधावयाचे असतील तर लोखंडी तारेच्या साहाय्याने अगदी मजबूत बांधता येऊ शकतात परंतु अशा प्रकारच्या बांधण्याने बांबू सरळ रेषेत दिसत नाहीत. बांधताना ज्या प्रमाणात लोखंडी तारेवर जोर देऊ, त्या प्रमाणात बांबू थोडा वाकडा होतो. तसेच असा प्रकार हा कायमस्वरूपी कामकाजासाठी योग्य नाही. कारण बऱ्याच वेळेला जनावराच्या धक्क्याने असले बंध तुटून कुंपण उद्ध्वस्त होण्याचा धोका असतो. परंतु थोड्याफार दिवसांसाठी अशा प्रकारचे कुंपण करता येऊ शकते

- **खिळा :** कुंपण हे बांबू व लाकडापासूनच करत असल्याने अशा ठिकाणी खिळा किंवा लांब चुकांचा वापर होतो. तारेपेक्षा खिळ्यांचा वापर करणे अधिक फायद्याचे व भक्कम असते, फक्त त्यांची टोके बाहेरच्या बाजूस काढावी. असा खिळा किंवा चुकांचा वापर करताना लहान लहान वॉयसर वापरावे. म्हणजे खिळ्याचे डोके बांबूतून निसटले तरी ते लोखंडी वॉयसर मध्ये अडकून राहील व कुंपणाची हानी होणार नाही.

**बांबू आतल्या बाजूने घेऊन
खिळा मारुन घट्ट केले आहेत**

परंतु खिळा एकदा मारला की पुन्हा काढता येत नाही. त्यामुळे गिरमिटने छिद्र घेऊन त्यात नट-बोल्ट लावणे सोयीस्कर होईल.

- **नट-बोल्ट :** नट-बोल्ट वापरणे हे कुंपण कामकाजात सर्वांत फायद्याचे, मजबूत व दिसायलाही चांगले असते. फक्त अडचण एकच असते, की फार लहान बांबूंना छिद्र पाडणे अडचणीचे होते. या प्रकारात मशीन वा गिरमीटच्या साहाय्याने योग्य माप घेऊन त्या-त्या अंतरावर नट-बोल्टच्या आकाराचे छिद्र बांबू व डांबास घ्यावे व नट-बोल्ट लावण्याअगोदर आधार म्हणून योग्य आकाराचे लोखंडी वॉयसर लावावे, जेणेकरुन एखाद्या वेळी नटावर दाब आला तरी हा दाब या वॉयसरमुळे सहन केला जाईल व कुंपण व्यवस्थित राहील. नट लावताना तो आतून बाहेरच्या बाजूस लावावा म्हणजे जनावरास इजा होण्याची शक्यता राहणार नाही.

खालील छायाचित्रात दाखविल्याप्रमाणे काही ठिकाणी शेतकऱ्यांबरोबर अभ्यास करुन बांबूलावतात व त्यामुळे कमी खर्चात मुक्त संचार गोठा तयार होतो. सर्वसाधारणपणे पहिला आडवा बांबू लावताना जमिनीपासून २.५ फूट व त्यानंतरची दुसरी व शेवटची बांबूची ओळ सर्वसाधारणपणे जमिनीपासून ४ फुटांच्या अंतरावर लावावी. दोन ओळी करावयाच्या असतील तर एका ओळीसाठी सर्वसाधारणपणे २०० फूट बांबू लागतील. म्हणजे एक बांबू जर २०

फूट असला तर असे एका ओळीसाठी साधारण १० बांबू व दुसऱ्या ओळीसाठी १० बांबू लागतील. अशा सर्व आडव्या ओळींसाठी २० फुटाचे २० नग लागतील. ३-४ बांबूंपासून लाकडी दरवाजा करता येऊ शकतो. अशा पद्धतीने संपूर्ण कुंपणास २५ खांब व ३२ बांबू वापरुन कमी खर्चात मुक्त संचार गोठ्याचे कुंपण तयार होऊ शकते.

जर जनावरे जास्त दंगा करणारी असतील, तर आडव्या बांबूंची संख्या वाढवून ४ ओळी कराव्या लागतील. यासाठी २० फूटी ४० बांबू लागतील. पहिली ओळ ही १.५ फुटांवर घेऊन नंतरची दुसरी ओळ ही जमिनीपासून २.५ फुटांवर व तिसरी जमिनीपासून सर्वसाधारणपणे ३.५ फुटांवर व शेवटची चौथी ओळ जमिनीपासून ४.५ फुटांवर करता येईल. यामुळे एक चांगल्या प्रकारचे कुंपण तयार होईल. जर देशी जनावरे असतील - त्यातल्या त्यात खिलार जातीची - तर ४ ऐवजी आडव्या बांबूच्या ६ ओळी कराव्या लागतील. अशा पद्धतीने कुंपण केल्यास जनावरांना त्यातून बाहेर पडणे शक्य होत नाही. अशाप्रकारे जनावरांच्या क्षमतेप्रमाणे कमी-जास्त बांबू वापरुन कमी खर्चातील परंतु भक्कम मुक्त संचार गोठा करुन दुग्धोत्पादन व्यवसाय फायदेशीर करता येऊ शकतो.

- **पाणी व्यवस्थापन :** आत्तापर्यंत आपण कमी खर्चातील निवाऱ्याची सोय झाडाच्या साहाय्याने केली. तसेच, जनावराच्या कुंपणाची व्यवस्था वर दिल्याप्रमाणे केली. जनावरांना त्यांच्या

कमी खर्चात लाकडी दरवाजा

पाणी पिण्यासाठी छोटी सिमेंट टाकी

मनाप्रमाणे पाहिजे त्यावेळी पाणी पिता यावे, म्हणून एक ३०० लिटर क्षमतेची सिमेंटची गोलाकर टाकी वापरता येऊ शकते. या टाकीची किंमत साधारणपणे ८०० रुपयांच्या आसपास असते. सिमेंटची टाकी वापरल्याने त्यातील थोडेफार पाणी टाकीतून झिरपते व बाहेर आलेल्या पाण्याचे बाष्पीभवन होण्यासाठी आतील पाण्याची ऊर्जा वापरल्याने भर उन्हात टाकी ठेऊन सुद्धा त्यातील पाणी थंड राहते व जनावरे असे थंड पाणी आवडीने पितात. अशा प्रकारची एक टाकी १० जनावरांसाठी पुरेशी होते. या टाकीला पाईपलाईनच्या साहाय्याने मुख्य टाकीला जोडून त्यास पाणी नियंत्रण करण्याचा प्लास्टिक बॉल बसविला तर वारंवार टाकी भरावी लागत नाही. जसजसे पाणी संपेल, तसतसे या नियंत्रकाच्या साहाय्याने पाणी छोट्या ३०० लिटरच्या टाकीत सोडले जाते. बऱ्याच शेतकऱ्यांना वाटते की, एक गव्हाण करून त्यातच पाणी पिण्याची २४ तास व्यवस्था करू परंतु त्यामुळे पैसा तर खर्च होतोच, जागाही जास्त लागते व सर्वांत महत्त्वाचे म्हणजे ज्या प्रमाणात पाण्याचा पृष्ठभाग जितका मोठा ठेवू त्या प्रमाणात पाण्यात कचरा व इतर घाण पडून पाणी खराब होण्याची शक्यता अधिक असते. त्यासाठी वर सांगितल्याप्रमाणे छोट्या आकाराची टाकी घेऊन त्या पाण्याची पातळी दुसऱ्या झाकून ठेवलेल्या मोठ्या टाकीच्या सहाय्याने कायम ठेवता येईल.

मोठी टाकी बंद असल्याने त्यात कचरा घाण पडत नाहि व छोट्या टाकीचा पृष्ठभाग छोटा असल्याने त्यातही फारशी घाण पडत नाही त्यामुळे जनावरांना स्वच्छ पाणी उपलब्ध होते. बऱ्याच वेळेला असे आढळले आहे, की उन्हाळ्यात काही जनावरे दिवसभरात

१४ ते १५ वेळा पाणी पितात. अशा प्रकारे नियमित व गरजेप्रमाणे पाणी उपलब्ध झाल्याने जनावरांना त्यांची पचन व्यवस्था सक्षम करण्यासाठी ज्या वेळेस पाणी पाहिजे अगदी त्यावेळेस पाणी मिळाल्याने मदत होते. त्यांची चयापचयाची प्रक्रिया सुलभ होऊन जास्तीत जास्त अन्नपचन होते. शक्यतो पाण्याची व्यवस्था ही चारा खाण्याच्या जागेपासून लांब असावी. ज्यामुळे काही आळशी जनावरांना चारा खाल्ल्यानंतर पाणी पिण्यासाठी काही अंतर जावे लागेल व त्यांच्या व्यायामात भर पडेल. तसेच पाण्याची व्यवस्था करताना त्याच्या चारही बाजूने जनावरांना पाणी पिता येईल याचा विचार होणे आवश्यक आहे.

कमी खर्चात जनावरांना पाणी उपलब्ध करुन द्यावयाचे असल्यास आपल्याकडे असणाऱ्या वेगवेगळ्या साधनांचा वापर करता येऊ शकतो. ८ ते १० गायींसाठी जर पाण्याची व्यवस्था करावयाची असेल तर आपल्याकडील ५ लिटरचा प्लॅस्टिकचा कॅन जमिनीवर आडवा ठेवून त्याचा वरचा भाग कापावा त्यामुळे एक बाजूचा पृष्ठभाग जनावरांस पाणी पिण्यासाठी उपलब्ध होईल. त्याच्या झाकणाकडील भागात पाईप लावून प्लॅस्टिकचा पाणी नियंत्रक बॉल बसवू शकतो. जनावर पाणी पिऊ लागले, की पाणी नियंत्रक बॉल यात पाणी सोडेल व जनावरास

प्लॅस्टीक बॅरेलची गव्हाण

गरजेप्रमाणे स्वच्छ पाणी मिळेल. प्लास्टिकचा कॅन वापरताना उन्हामुळे त्यातील पाणी गरम होऊ नये म्हणून कॅन सावलीत ठेवावा. अशा प्रकारे अत्यल्प खर्चात परंतु अत्याधुनिक पद्धतीने जनावरांचे पाणी व्यवस्थापन करता येऊ शकते.

- **गव्हाण व्यवस्थापन** : पशुव्यवस्थापनाच्या एकूण खर्चाचा विचार केला तर ६० ते ७० % खर्च जनावरांच्या आहारावर होत असतो. त्यामुळे आपण जो आहार जनावरांना देतो, त्याचा जास्तीत जास्त उपयोग होण्यासाठी कायम प्रयत्नशील राहणे आवश्यक आहे. जनावरांच्या आहारात चाऱ्याचा वापर अधिक होत असल्याने तो कुट्टी करून दिल्यास खराब होऊन वाया जाणार नाही, याची काळजी घेतली पाहिजे. चाऱ्याचा चांगल्या प्रकारे वापर व्हावा म्हणून गव्हाण आवश्यक आहे. गव्हाणीसाठी एकमेव पर्याय असतो तो म्हणजे सिमेंट काँक्रीटची गव्हाण. परंतु यासाठी येणारा खर्च परवडणारा नसल्याने बऱ्याच जनावरांना गव्हाणीशिवाय चारा खावा लागतो. परिणामी, भरपूर चारा वाया जातो. म्हणून कमी खर्चात जनावरांसाठी गव्हाण करता आली पाहिजे.

बऱ्याच वेळेस आपणाकडे प्लॉस्टिकचे २०० लिटरचे बॅरल उपलब्ध असतात किंवा वापरलेले बॅरल कमी खर्चात विकत मिळू शकतात. असे बॅरल उभे कापून जर आडवे ठेवले तर त्यांचा मोठी गव्हाण म्हणून वापर होऊ शकतो. फक्त त्यांची कडा जनावरांना खाताना लागू नयेत म्हणून घासून घ्याव्यात. अशी गव्हाण गोठ्यामध्ये कोठेही ठेवता येऊ शकते.

यापेक्षाही कमी खर्चात गव्हाण करण्यासाठी काही शेतकरी लाकडाचा वापर करतात तर काही शेतकरी बारदानाच्या पोत्याचा वापर करुन गव्हाण करतात. १० गायींना सर्वसाधारणपणे ४० फूट लांबीची गव्हाण आवश्यक आहे. अशी बारदानाच्या पोत्याची ४० फूट गव्हाण करण्यासाठी जुनी १० ते १२ पोती लागतील एका पोत्याचा खर्च सर्वसाधारणपणे २५ रुपये असल्यांस आपणास एकूण २५० ते ३०० रुपयांची बारदानाची पोती लागतील. अशी गव्हाण करताना ४० फुटांची दोन लाकडे लागतील व या लाकडांना जमिनीपासून २.५ ते ३ फुटांवर ठेवण्यासाठी प्रत्येक ५ फुटांवर आधार देण्यासाठी ४ फुटांची १६ लाकडे लागतील. असे एकूण १४० फूट लांब लाकूड आपल्याला लागेल. म्हणजेच २० फुटांचे ७ बांबू लागतील. यासाठीचा खर्च पाहिला तर तो ३५० रुपये एवढा येईल. म्हणजे १० जनावरांसाठी ४० फुटांच्या बारदानाची गव्हाण करण्यासाठी सर्वसाधारणपणे ६०० रुपये एवढा खर्च येईल.

वरीलप्रमाणे खर्चाचा एकूण विचार केल्यास कमी खर्चात १० गायींच्या मुक्त संचार गोठ्याची निर्मिती करण्यासाठी निवारा (खर्च नाही), कुंपणासाठी २५ खांब (रू. ५०/- प्रती बांबू) व इतर साहित्य मिळून रू. ५०००/- तसेच पाण्याच्या व्यवस्थेसाठी रू. ३,०००/- असा एकूण रू. १,०००/- एवढा खर्च येईल. वरील सर्व खर्चाचा विचार केला तर आपणास असा गोठा तयार करण्यासाठी एकंदरीत सर्वसाधारणपणे ८ ते १० हजार रुपये एवढा खर्च येईल.

७. मध्यम खर्चाचा एकपाखी मुक्त संचार गोठा

या प्रकारच्या गोठ्यात जनावरांची गव्हाण एका बाजूला असते तर जनावरांना फिरण्यासाठी दुसऱ्या बाजूला जागा असते. सर्वसाधारणपणे १० ते १५ गायींसाठी असा गोठा फायदेशीर व आटोपशीर म्हणता येईल.

१. निवारा :

असा १० गायींचा गोठा करण्यासाठी एक बाजूने शेड केलेली असते. ही शेड गवताचे छप्पर किंवा पत्र्याने आच्छादलेली असते. या शेडची लांबी सर्वसाधारणपणे ४० ते ५० फूट लांब व १० ते १५ फूट रुंद ठेवणे फायद्याचे ठरते. बऱ्याच वेळेला उन्हाळ्यात जनावरांना सावलीची आवश्यकता असते. अनेकदा काही मोठी व अधिकार गाजवणारी जनावरे कशीही आडवी या शेडमध्ये बसल्याने गरीब व शांत जनावरांना सावलीत बसण्यास जागा शिल्लक राहत नाही. त्यांच्यावर ताण येऊन अशी जनावरे अशक्त होतात. यासाठी जनावरांना बांधून ठेवलेल्या गोठ्यात सावलीसाठी जेवढी जागा दिलेली असते त्यापेक्षा ३० टक्के अधिक जागा मुक्त संचार गोठ्यात देणे फायद्याचे ठरते.

मध्यम खर्चाचा एकपाखी गोठा

जर जनावरे शांत व दंगा करणारी नसतील तर त्यांना कमी जागा दिली तरी ते एकमेकांना सहकार्य करून बसतात. बांधलेल्या गोठ्यात एका जनावरास १० फूट लांब व ४ फूट रुंद एवढी जागा लागते. ३० टक्के जास्त जागा द्यावयाची आहे, ती आपण लांबी किंवा रुंदीमध्ये देऊ शकतो. सर्वसाधारणपणे गोठ्याची शेड ४० फूट लांब व १० फूट रुंद असते. मुक्त संचार गोठा करायचा असेल व आपणाकडे गोठ्याच्या लांबीमध्ये वाढ करण्याएवढी जागा असेल तर आपण ही शेड ५० फूट लांब व ९ फूट रुंद करू शकतो. लांबी वाढवण्यास अडचण असेल तर मुक्त संचार गोठ्यासाठी वाढीव सावली रुंदीमधूनही

देता येऊ शकते. आपण जर ४० फूट × १० फूट असा गोठा केला असेल तर वाढीव सावली शेडनेटच्या साहाय्यानेही कमी खर्चात करता येऊ शकते.

१. लाकडी शेड :

वरीलप्रमाणे १० जनावरांसाठी ५० फूट लांब व १० फूट रुंद असे शेड करण्यासाठी सर्वसाधारणपणे या भागाचा भौगोलिकदृष्ट्या विचार करून त्यांची उंची ठरवावी. तसेच गोठ्यात स्वच्छ सूर्यप्रकाश सर्वदूर पसरण्यासाठी गोठ्याची दिशा जास्तीत जास्त दक्षिणोत्तर अशी ठेवावी. तसेच या भागातील वाऱ्याचा व तापमानाचा विचार करून गोठ्याची उंची ठरवावी. जास्त तापमान असणाऱ्या भागात हवेचा निचरा चांगल्याप्रकारे होऊन हवा खेळती राहावी, तापमान कमीत कमी राहावे यासाठी अशा शेडची उंची सर्वसाधारण शेडच्या उंचीपेक्षा काही प्रमाणात जास्त ठेवावी. या उलट डोंगराळ भाग व ज्या ठिकाणी वाऱ्याचे प्रमाण जास्त असते, अशा ठिकाणी गोठ्याच्या शेडची उंची कमी ठेवली तरी चालते. आपल्या भागाचे पर्जन्यमान, तापमान व वारा यांचा सखोल अभ्यास करून गोठ्याचा आराखडा तयार करता येऊ शकतो.

सर्वसाधारण पर्जन्यमान व जास्त तापमान असलेल्या भागासाठी कमी खर्चात १० गायींचा गोठा कसा करायचा, हे पाहू. यासाठी जनावरांच्या पाठीमागील म्हणजे शेपटाकडील उंची ६ फूट व तोंडाकडील भागाची उंची ८ फूट ठेवावी. यासाठी ८ फुटांवर एक लाकडी खांब उभा करावा. अशा प्रकारे मागील बाजूस ७.५ ते ८ फूट लांबीचे ६ खांब लागतील तर पुढील बाजूस ९.५ ते १० फूट लांबीचे ६ खांब असे एकूण १२ खांब लागतील. त्यानंतर उभे सहा खांब टाकून त्यावर आडवे टाकण्यासाठी तीन ओळीसाठी ५० फूट लांब अशी १५० फूट लांबीची लाकडे लागतील. तसेच उभे सहा खांबही लाकडी

मुख्य डांबापेक्षा जरा कमी क्षमतेचे असले तरी चालतील. अशा आराखड्यावर गवताचे आच्छादन करता येऊ शकते किंवा पत्राही वापरता येऊ शकतो. अशा प्रकारच्या शेड नैसर्गिक म्हणजे इको-फ्रेंडली असतात. या शेडमध्ये सहा महिन्यांनी किंवा वर्षाने देखभाल करण्यासाठी लोखंडी आराखड्यापेक्षा अधिक वेळ द्यावा लागतो. अशी शेड जास्त तापमान असणाऱ्या भागात असले तर जनावरांना जास्त मानवते. यामध्ये सूर्याची उष्णता गोठ्यात कमी प्रमाणात येते. गवत हे उष्णतारोधक म्हणून काम करते, परंतु वारंवार देखभाल करावी लागत असल्याने पत्र्याचा पक्का गोठा तयार करण्यावर भर दिला जातो. परंतु नंतर जनावरांच्या आजाराची अधिक देखभाल करावी लागते. सर्वसाधारणपणे २ ते ४ वर्षांनी गवताचे आच्छादन बदलून नवीन टाकावे लागते. हे शेड फायदेशीर असली तरी बहुतांश शेतकऱ्यांना छप्पर बदलण्याची कटकट नको असते.

गोठ्याचा पृष्ठभाग चांगला ठेवणे आवश्यक आहे. अशा कमी खर्चाच्या लाकडी आराखडा असणाऱ्या गोठ्यात कमी खर्चात मुरुमाचा चांगला पृष्ठभाग तयार करता येऊ शकतो. यासाठी चांगल्या गुणवत्तेच्या मुरुमाचा थर टाकून, त्यावर पाणी टाकून रोलरच्या सहाय्याने किंवा चोपण्याचा वापर करून हा मुरुम व्यवस्थितपणे बसविता येतो. यावर शेणाचे द्रावण करून टाकल्यास मुरुमात ज्या ठिकाणी भेगा असतील अशा ठिकाणी हे शेणाचे कण जाऊन पृष्ठभाग अगदी घट्ट बनवितात. अशा प्रकारच्या पृष्ठभागास सर्वसाधारणपणे थोडा जास्त उतार दिल्यास पाण्याचा निचरा व्यवस्थितपणे होईल व पृष्ठभाग लवकर खराब होणार नाही. मुक्त संचार गोठ्यात बाहेरच्या बाजूस झाडे असतील तर जनावरे बाहेरच झाडाच्या सावलीत राहणे पसंत करतात. यामुळे अशा शेडमधील पृष्ठभागावर जास्त भार पडत नाही. मुक्त संचार गोठ्यात झाडे नसतील तर

जनावरे सावलीसाठी शेडमध्येच राहिल्याने जास्त प्रमाणात मलमूत्र विसर्जन करतात व कधी कधी अशा भागात खड्डु पडण्याची शक्यता जास्त असते. अशा वेळेस या खड्डुंची देखभाल चांगल्या पद्धतीने करणे आवश्यक असते.

परंतु नवीन पशुपालकांनी कमी खर्चाची परंतु जनावरास फायदेशीर अशी ही लाकूड व छप्पर वापरून केलेली गोठा पद्धती अवलंबल्यास कमी खर्चात अधिक चांगल्या दर्जाचे दूध उत्पादन मिळू शकेल. त्याचबरोबर तापमान आल्हाददायक राहिल्याने जनावरांना त्यांची कमी आहारात जास्त उत्पादन देण्याची क्षमता दाखवता येणे शक्य होईल.

अंदाजे १० जनावरांच्या लाकडी शेडसाठी साहित्य		
अ.नं	तपशील	नग
१	८ फुटी खांब	६
२	१० फुटी खांब	६
३	१२ फुटी उभे खांब	६
४	१५ फूट आडवे खांब	१०

२. गव्हाण :

वरील पद्धतीने लाकूड व गवताचे छप्पर व मुरुमाच्या साहाय्याने चांगल्या प्रकारची शेड तयार केली परंतु शेडमध्ये जनावरांना चारा खाण्यास चांगल्या गव्हाणीची आवश्यकता असते. अशी गव्हाण शेडमध्ये किंवा बाहेरही कुंपणालगत करता येऊ शकते.

● **शेडबाहेरील गव्हाण :** शेडबाहेरील गव्हाण शेडमध्ये न करता ही कुंपणाकडील बाजूस करता येते. कमी पर्जन्यमान असणाऱ्या भागात गव्हाण बाहेर ठेवली तरी चालू शकते. अशा वेळेस गोठ्याच्या एका बाजूस ज्या ठिकाणी कुंपण करायचे, अशा एखाद्या बाजूस गव्हाण करू शकता. ही गव्हाण तयार मिळणाऱ्या गव्हाणीपासूनही करता येऊ

मुक्त संचार गोठ्यातील आतील बाजूची गव्हाण

मुक्त संचार गोठ्यातील बाहेरुन चारा टाकावयाची गव्हाण

शकते. सध्या १,८०० ते २,००० रुपयांपर्यंत ८ फुटी तयार सिमेंटच्या गव्हाणी मिळतात. त्यांचा येथे चांगला वापर होऊ शकतो. १० जनावरांना एकंदरीत सर्वसाधारणपणे ५ गव्हाणी लागतील. म्हणजे १० गायींच्या गोठ्यातील अशा गव्हाणीसाठी सुमारे दहा हजार रुपये खर्च अपेक्षित आहे. अशा गव्हाणी लावण्याच्या पुढीलप्रमाणे दोन पद्धती आहेत.

● **कुंपणालगत आतील गव्हाण :** या पद्धतीत गव्हाण ही आत ठेवलेली असते. म्हणजे गव्हाणीच्या बाहेर कुंपण असेल व चारा टाकण्यासाठी आपणास गोठ्यातून जावे लागेल. या पद्धतीत चारा घेऊन जनावरांच्या जवळून जात असताना जनावरे कामगाराच्या हातातील चारा ओढून नासाडी करण्याची शक्यता असते.

मुक्त संचार गोठ्यातील आत जाऊन चारा टाकावयाची गव्हाण

- **कुंपणामध्येच बाहेरील गव्हाण :** या पद्धतीत गव्हाण अशी ठेवलेली असते, की गव्हाणच कुंपणाचे काम करते. कुंपणाच्या लाईनमध्येच गव्हाण असते व आपण बाहेरूनच जनावरांना चारा टाकू शकतो. यामुळे कुंपणाच्या खर्चात तर बचत होतेच, शिवाय चारा टाकण्यासाठी गोठ्यात जावे लागत नाही. तसेच विश्रांती घेत बसलेल्या जनावरांना त्रासही होत नाही.

- **शेडमधील गव्हाण :** अशा प्रकारची गव्हाण शेडमध्ये करता येते. जास्त पावसाच्या भागात गव्हाण ही शेडमध्येच करावी लागते कारण पावसाने चारा भिजण्याची शक्यता असते. वारंवार येणाऱ्या पावसाने जनावरांना बाहेर चारा खाण्यास अडचण निर्माण होऊ शकते. शेडमधील गव्हाण करतानासुद्धा वरीलप्रमाणे बाहेरून चारा टाकण्याची गव्हाण व आतून चारा टाकण्याची गव्हाण अशा दोन प्रकारच्या गव्हाणी आपल्या सोयीनुसार आपण करू शकता.

- **आत जाऊन चारा टाकण्याची गव्हाण :** अशा प्रकारची गव्हाण करताना शेडपुढील भाग बंदिस्त करून आतमधून गव्हाण केली जाते. शेडच्या पुढील भागातील कुंपण जाळीचे किंवा बांबूचे किंवा भिंत घालून केले जाते. यामध्ये चारा जनावरे बसलेल्या भागात जाऊन टाकावा लागतो. या पद्धतीत खर्च जास्त व श्रमही

जास्त लागतात. परंतु पुढील भागातून चारा टाकण्यासाठी जास्त जागा नसल्याने कमी जागेत गोठा उभारणी करणे आवश्यक असल्यास या पद्धतीचा अवलंब करावा लागतो.

शेडमध्ये बाहेरून चारा टाकण्याची गव्हाण

गव्हाण करण्याच्या या पद्धतीमध्ये जास्त जागा उपलब्ध असावी लागते. शेडच्या पुढील बाजूस जर ३ ते ४ फूट जागा उपलब्ध असणे आवश्यक असेल तर गव्हाण करताना पुढील बाजूस कुंपण किंवा भिंत करण्याऐवजी या ठिकाणी गव्हाण करता येईल. जनावरे या गव्हाणीच्या पलीकडे जाऊ नयेत म्हणून गव्हाणीच्या वर १.५ ते २ फुटांवर एक आडवा खांब लावणे आवश्यक आहे. या गव्हाणीचा फायदा -

- बाहेरून चारा टाकता आल्याने विश्रांती घेणाऱ्या जनावरांची शांतता भंग होणार नाही.

- आतमधून चारा टाकताना जनावरांकडून होणारी ओढाताण व इजा होणार नाही.

- कमी कामगारांत, कमी वेळेत ट्रॉलीच्या सहाय्याने बाहेरच्या बाहेर खाद्य टाकता येऊ शकते.

३. कुंपण :

वरीलप्रमाणे आपण शेडचा आराखडा तयार केला परंतु आता मुक्त संचार गोठ्याची पुढची पायरी म्हणजे कमी खर्चाच्या लाकडाचे कुंपण करणे. कुंपण करण्यासाठी शेडच्या दोन्ही बाजूने कुंपणाचे नियोजन करावे लागेल. एका जनावरासाठी २०० ते २५० स्क्वेअर फूट जागा उपलब्ध होईल अशा पद्धतीने कुंपणाचे नियोजन करू. वरीलप्रमाणे जागा उपलब्ध करण्यासाठी शेडपासून दोन्ही बाजूस ४० फूट अंतर घेऊन शेडच्या विरुद्ध बाजूचे कुंपण हे ५० फूट होईल, अशा पद्धतीने एकूण ४०+५०+४०=१३० फूट कुंपण करावे लागेल. कुंपणासाठी जे लाकडी

खांब उभे करावयाचे आहेत, ते सर्वसाधारणपणे ७ फुटांच्या अंतराने उभे केल्यास त्यांचा एकमेकांना चांगला आधार राहील. कुंपण करण्यास किती साहित्य लागेल याची माहिती तयार करू. ७ फुटांवर एक खांब तर १३० फूट लांबीस दरवाज्यासह २० खांब लागतील. आपणास ४ फूट उंचीचे कुंपण करावयाचे आहे. संकरित गायी किंवा लहान वासरे यावरून उडी मारून शक्यतो जात नाहीत, परंतु देशी गायींच्या बाबतीत थोडी अधिक दक्षता घेणे आवश्यक आहे म्हणून शक्यतो ५ फुटांपर्यंत कुंपणाची उंची ठेवावी. वरीलप्रमाणे २० खांब हे ५.५ ते ६ फूट उंचीचे निवडावे. असे खांब दीड ते दोन फूट जमिनीत गाडून ४ फूट जमिनीवर राहतील अशा बेताने ठेवावे. नंतर खांब रोवून झाल्यानंतर बांबूच्या तीन ओळी करून घ्याव्यात. यात पहिल्या बांबूची ओळ ही जमिनीलगत असेल. दुसरी ओळ ही मध्यभागी असेल व तिसरी ओळ ही सर्वात वर म्हणजे ज्या ठिकाणी खांबाची उंची संपते, अशा ठिकाणी लावावी. अशा पद्धतीने एकूण १३० फुटांच्या तीन ओळी म्हणजे एकूण ३९० फूट व दरवाजा करण्यास २० फूट असे एकूण ४१० फूट लांब बांबू लागतील. नंतर बऱ्याच ठिकाणी सुरक्षिततेच्या दृष्टीने जाळी वापरली जाते. अशी जाळी सर्वसाधारणपणे १३० फूट लागेल. अशा पद्धतीने लाकूड व जाळीच्या साहाय्याने १३० फूट कुंपण तयार होईल.

अंदाजे १३० फूट लाकडी व लोखंडी डांब व लोखंडी जाळी वापरून कुंपण करण्यासाठी लागणारे साहित्य		
अ.नं	तपशील	नग
१	६ फुटी लांबीचे खांब	२०
२	२० फूट लांबीचे बांबू	२१
३	जाळी १३० फूट	६
४	मजुरी	

४. जलव्यवस्थापन :

शेड, गव्हाण व कुंपण पूर्ण झाल्यावर अशा गोठ्यात जनावरांना त्यांच्या मर्जीनुसार पाणी पिता यावे म्हणून कायमस्वरूपी पाण्याची सोय करणे आवश्यक आहे. यामध्ये वेगवेगळ्या प्रकारे कमी खर्चात पाणी उपलब्ध करता येऊ शकते. प्लॅस्टिकचे पिंप अर्धे कापून त्यात पाणी ठेवता येईल. पाणी सावलीत ठेवावे अन्यथा ते सूर्याच्या उष्णतेने गरम होईल व जनावरे हे पाणी न प्यायल्यामुळे उत्पादन कमी मिळेल. यासाठी बाजारात कमी-अधिक क्षमतेच्या सिमेंटच्या टाक्या मिळतात. १० जनावरांना दररोज पाणी पिण्यासाठी सिमेंटची २०० ते ३०० लिटर टाकी पुरेशी आहे. अशी टाकी ही मुख्य टाकीला जोडून पाणी नियंत्रित करण्यासाठी प्लॅस्टिकचा फुगा बसवावा, जेणेकरून ज्या प्रमाणात टाकीतील पाणी संपेल त्याच प्रमाणात त्या टाकीत पाणी या सयंत्रामार्फत सोडले जाईल. तसेच टाकीचा आकार कमी ठेवल्यामुळे आपणास जागाही कमी लागेल व टाकीचा वरचा भाग छोटा असल्याने बाहेरील घाण पडणार नसल्याने पाणीही खराब होणार नाही. तसेच सिमेंटच्या टाकीत पाणी असल्याने भर उन्हात जरी टाकी असली तरी पाणी गरम होणार नाही. या पद्धतीत पाणी थंड राहते व असे पाणी जनावरे आवडीने, आवश्यक तेवढे पितात व आपणास आपल्या नियोजनाप्रमाणे वाढीव उत्पन्न मिळते. तसेच उन्हात असल्याने सूर्यप्रकाशामुळे या टाकीत काही दिवसांनी शेवाळे होण्याची शक्यता असते. त्यासाठी दर महिन्याला किंवा पंधरा दिवसांनी गोठ्यातील पाण्याच्या टाकीस आतील बाजूने चुना लावावा. त्यामुळे पाणी स्वच्छ राहण्यास मदत होते. पाण्याची टाकी ठेवताना गव्हाणीच्या विरुद्ध दिशेस ठेवावी. ज्या ठिकाणी सावली असेल अशा ठिकाणी टाकी न ठेवता ती उन्हात ठेवली तरी चालते. कारण बरीचशी जनावरे बाहेर सावलीत विश्रांती घेत असतात व अशा वेळेस पाणी पिण्यासाठी दुसरी जनावरे त्या

कमी खर्चाचे ग्रुमिंग ब्रश

जागेकडे सारखी आल्याने विश्रांती घेत असलेल्या जनावरांना त्रास होण्याची शक्यता असते. जनावरांनी जास्तीत जास्त विश्रांती घेऊन जास्तीत जास्त रवंथ केल्यास आपणास दूध व दुधाची गुणवत्ता वाढून फायदा होतो, हे महत्त्वाचे आहे.

५. ग्रुमिंग ब्रश :

जनावरांना डास किंवा माशा चावल्यानंतर तो भाग जास्त संवेदनशील होतो व त्या जागी खाजविण्याची तीव्र इच्छा होते, परंतु त्यांना काहीच पर्याय नसतो. मुक्त संचार गोठ्यात जनावरे मुक्त असल्याने त्यांना अशी खाज आल्यास ते कुठे ना कुठे तरी अंग घासायचा प्रयत्न करतात. त्यांच्या या प्रयत्नामुळे एकतर कुंपण किंवा गोठ्यातील पाईपची मोडतोड होण्याची शक्यता असते व सर्वांत महत्त्वाचे म्हणजे जनावरांना लोखंडी किंवा अणुकुचीदार वस्तू लागून जखम होण्याची शक्यता असते. हे टाळण्यासाठी व जनावरांना आराम मिळण्यासाठी गोठ्यात कमी खर्चाचा ग्रुमिंग ब्रश तयार करून लावता येऊ शकतो. यासाठी सर्वसाधारणपणे एक ८ फूट लांब व ६ ते ८ इंच व्यासाचे लाकूड उपलब्ध करावे लागेल. या लाकडाला गोठ्याच्या मध्यभागी २ फूट जमिनीत घट्ट रोवावे. रोवण्यापूर्वी ते लाकूड जमिनीत कुजू नये म्हणून त्यास डांबर लावावे. तसेच गायी या खांबास जोरजोराने घासणार असल्याने खांब रोवताना सिमेंट व दगडाच्या साहाय्याने भक्कमपणे बसवावा.

असा खांब बसवल्यानंतर जमिनीपासून साधारणपणे ३ फुटांपासून ते ५.५ फुटांपर्यंत काथ्या किंवा कोणतीही घासण्यास योग्य अशी वस्तू लावावी. जेणेकरून अंग घासणाऱ्या जनावरास आराम मिळेल. ब्रशला बांधलेला हा काथ्या हा दर पंधरा दिवसांनी किंवा महिन्याने तपासावा. जर बाजूला सरकला असेल तर पुन्हा व्यवस्थितपणे लावावा किंवा खराब झाला असेल तर बदलून त्याजागी दुसरा काथ्या बसवावा. यामुळे जनावराचे नैसर्गिकरीत्या ग्रुमिंग होते व जनावरास ज्या ठिकाणी पाहिजे त्या ठिकाणी स्वतःहून खाजवता आल्याने परिणाम चांगला होतो.

ग्रुमिंग हे जनावराच्या आरोग्यास फार चांगले आहे. यामुळे ताणाच्या स्रावांचे प्रमाण कमी होऊन आनंदी स्रावांचे प्रमाण जास्त राहते. यामुळे जनावराची रक्ताभिसरण होण्याची क्षमता वाढते. तसेच जनावरांना धुणे व ग्रुमिंग करण्यासाठीचा आपला वेळही वाचतो. याचा खर्च जर पाहिला तर तो अगदी कमी आहे. आपल्याकडे लाकूड तर असतेच, नसले तर एक ५० ते १०० रुपयांचे लाकूड व ५० ते १०० रुपयांचा काथ्या म्हणजे अगदी १०० ते २०० रुपयांत ग्रुमिंग ब्रश आपण करू शकतो. याला विजेची गरज नसते.

लोखंडी शेड : जास्त पर्जन्यमान असणाऱ्या भागात वाऱ्याचे प्रमाणही जास्त असते. त्यामुळे अशा भागात अशा वातावरणाला तोंड देण्यासाठी भक्कम शेडची आवश्यकता असते. असा आराखडा हा जरी जास्त खर्चाचा असला तरी याच्या देखभालीचा खर्च हा कमी असतो. असे शेड करताना लोखंडी एल आकाराचे अँगल (angle) वापरून शेड करू शकता. अशा शेडसाठी साधारणपणे ८ फुटांवर एक खांब लावावा लागेल. असे पुढे व पाठीमागे मिळून १२ खांब लागतील. लोखंडी खांब गंजून खराब

होऊ नयेत म्हणून खालच्या बाजूने साधारणपणे जमिनीपासून २ ते ३ फूट अंतरापर्यंत २.५ ते ४ इंची आकाराचे पीव्हीसी पाईप टाकून त्यामध्ये सिमेंट टाकून घ्यावे, जेणेकरून लोखंडी डांबांना या सिमेंटचा चांगला आधार मिळेल. हे खांब लावताना पूर्ण शेडचे ओझे मोठ्या वादळ वाऱ्यातही सहन करतील, अशा क्षमतेचे असावेत. यांचा आकार हा त्या-त्या भागातील वातावरणावर जास्त अवलंबून आहे. शेडची उंची किती ठेवायची, हे ठरवण्यासाठी आपणास त्या भागातील पावसाचे प्रमाण, तापमान व वाऱ्याचे प्रमाण पाहावे लागेल. जास्त तापमान असेल तर जास्त उंचीचे शेड करू शकता किंवा जास्त वारा व पाऊस असणाऱ्या ठिकाणी कमी उंचीची शेड करणे योग्य ठरते. सर्वसाधारणपणे कमी पाऊस व जास्त तापमान असणाऱ्या भागात शेडची पुढील बाजू १० फूट उंच व मागील बाजू ८ फूट उंच ठेवू शकता. अशा प्रकारच्या १० जनावरांच्या ५० फूट लांब व १० फूट रुंद अशा शेडसाठी मागील बाजूस ९.५ फूट लांबीचे ६ खांब लागतील तर पुढील बाजूस ११.५ फूट लांबीचे ६ खांब लागतील.

यातील १.५ ते २ फूट भाग हा जमिनीत गाडून जमिनीवर ८ फूट भाग उपलब्ध राहील तर पुढील ११.५ फुटांचे खांब जर १.५ फूट जमिनीत गाडले तर १० फूट उंचीचे खांब पुढील बाजूस उपयोगात येतील. अशा डांबांना उभे जोडण्यासाठी सर्वसाधारणपणे १२ फूट लांबीचे ६ खांब लागतील व अशा डांबांवर आडव्या तीन ओळी टाकण्यासाठी ५० फूट, ३ ओळी म्हणजे १५० फूट लांब आडवे अँगल लागतील. अशा प्रकारे शेडचा आराखडा तयार करून यावर सिमेंट किंवा लोखंडी पत्रे टाकता येऊ शकतात. एकूण ५० फूट लांबीसाठी ४ फूट रुंदीचे १३ पत्रे लागतील. अशा पद्धतीने १० गायींसाठी ५० फूट लांब व १० फूट रुंदीचे शेड तयार करता येऊ शकते.

१० जनावरांच्या लोखंडी शेडसाठी लागणारे अंदाजे साहित्य		
अ.नं	तपशील	नग
१	८ फुटी खांब	६
२	१० फुटी खांब	६
३	१२ फुटी उभे खांब	६
४	१५ फूट आडवे खांब	१

या शेडमधील सर्व भाग हा कमी खर्चात ठेवायचा असेल तर आपण मुरूम, शेण व पाणी याचा वापर करून अर्धपक्का करू शकता. शक्यतो असा भाग हा सिमेंट काँक्रिटचा करणे फायद्याचे असते. परंतु जर कमी खर्चात हे सर्व करावयाचे असेल, अर्धपक्क्या मुरुमाचा वापर करून हा गोठा करू शकता. सर्वसाधारणपणे जास्त पावसाच्या भागाचा विचार केला तर शेडमधील पृष्ठभाग हा काँक्रिटचा ठेवणे जास्त आवश्यक वाटते. कारण जास्त पाऊस असणाऱ्या भागात पावसाळ्याचा कालावधी अधिक असतो व जनावरांना जास्तीत जास्त वेळ शेडमध्येच राहावे लागते. त्यामुळे असा भाग लवकर खराब होऊन त्यात खड्डे पडण्याची शक्यता असते. जनावरांच्या उत्पादनक्षमतेवर याचा परिणाम होण्याची शक्यता जास्त असते. त्यासाठी हा भाग काँक्रिटचा करून तो गुळगुळीत न करता त्यावर रेषा माराव्यात, जेणेकरून जनावरांचे पाय घसरून त्यांना अपाय होणार नाही. तसेच अशा रेषा मारताना मूत्र अथवा पाणी यांचा लवकर निचरा होण्यासाठी रेषा आडव्या-उभ्या न मारता तिरप्या माराव्यात म्हणजे + अशा रेषा ऐवजी x अशा रेषा मारल्यास कोणत्याही भागातील पाणी अथवा मूत्र याचा योग्य निचरा होईल व पृष्ठभाग जास्तीत जात कोरडा राहण्यास मदत होईल.

अशा रेषा जास्त मोठ्या किंवा जास्त लहानही असू नयेत. उद्देश एकच की जनावराचे पाय घसरल्यास अशा रेषांनी त्यास अटकाव व्हावा. मोठ्या रेषा असल्यास त्या जनावरे बसल्यास त्यांना खालून

रुतण्याची शक्यता असते. अशा गोष्टींचा गांभीर्याने विचार करून नियोजन केल्यास या व्यवसायात जास्तीत जास्त फायद्याची पातळी गाठता येईल, यात शंका नाही.

१. गव्हाण :

वरीलप्रमाणे आपण गोठा करताना सुद्धा दोन प्रकारे करू शकतो. परंतु जास्त पावसाच्या प्रदेशात शक्यतो गव्हाण ही शेडमध्येच केली जाते व पुढील बाजूने पूर्ण भिंत बांधली जाते, जेणेकरून आडवा येणारा पाऊस अजिबात गोठ्यात येणार नाही व थंड वाऱ्यापासून जनावरांचे संरक्षण होईल. जास्त पावसाच्या भागात अशी सुरक्षा महत्त्वाची आहे. कमी पावसाच्या भागात आपण वरीलप्रमाणे (कमी खर्चाची लाकडाची शेड) दिलेल्या माहितीनुसार ४ प्रकारे गव्हाण करता येईल. तसेच यामध्ये तयार सिमेंटच्या अर्ध पाईप गव्हाणीपेक्षा आपण बांधून आवश्यक त्या नमुन्याची गव्हाण करू शकतो.

१० गायींच्या गोठ्यासाठी आपण कमी उंचीची गव्हाण करू शकतो. परंतु त्या गव्हाणीसाठी आपणास पुढच्या बाजूस जागा जास्त लागेल व जनावरे गव्हाणीतून पुढे येऊ नयेत म्हणून लोखंडी

पाइपचे बार दीड फुटांच्या अंतरावर लावावे लागतील. त्याचा खर्च जास्त होईल. यासाठी वीट व सिमेंटच्या बांधकामातून हव्या असणाऱ्या आकाराची गव्हाण तयार करू शकता. शेडच्या पुढील बाजूस जर जागा उपलब्ध असेल तर बाहेरून चारा टाकण्याची सोय असलेली गव्हाण तयार करता येईल. यामध्ये सर्वसाधारणपणे आतील बाजूची रुंदी ही १.५ ते २ फूट मागील बाजूची उंची १ फूट व पुढील बाजूची उंची सव्वा फूट ठेवता येईल. तसेच जमिनीपासून मध्य भागातील उंची ही २ फूट ठेवता येईल. तसेच या गव्हाणीत पाय टाकून जनावरे उभी राहू नयेत व गव्हाणीवरून जनावरे उडी मारून बाहेर जाऊ नयेत म्हणून सर्वसाधारणपणे जनावरांस मान व शिंगे व्यवस्थितपणे आत घालून गव्हाणीतील चारा खाता येईल, याचा अभ्यास करून एक आडवा लोखंडी पाईप गव्हाणीवर लावणे आवश्यक आहे. अशा पद्धतीने आपली बाहेरून चारा टाकण्याची गव्हाण तयार होईल.

पुढील बाजूस जर जागा कमी असेल तर आपण आतून चारा टाकण्यासाठी गव्हाण तयार करू शकतो. वरील आकाराची गव्हाण तयार करून गव्हाणीच्या पुढच्या बाजूस एकतर भिंत बांधून बंद करावे लागेल

दगडी कुंपणाची भिंत असलेला मुक्त संचार गोठा

किंवा गोठ्यासाठी जे कुंपण करणार आहात, ते पुढच्या बाजूस तयार करता येईल व अशा ठिकाणी चारा हा गोठ्यातूनच टाकावा लागेल.

२. कुंपण :

अशा लोखंडी गोठ्यास भक्कम, कायमस्वरूपी कुंपण करण्यासाठी लोखंडी L आकाराचे खांब व जाळीचा वापर करू शकतो. असे कुंपण भक्कम होते व असा आराखडा मोडून त्यातून जनावरे मोडून बाहेर येण्याचे प्रमाण नगण्य आहे. आता असे कुंपण करण्यासाठी कोणती व किती सामग्री लागेल, त्याचा विचार करू. गोठ्याची एकूण शेड पाहिली तर तिचे आकारमान ५० फूट लांब व १० फूट रुंद असे आहे. गोठ्याच्या दोन्ही बाजूस १० फूट अशी ४ फूट उंचीची भिंत तयार केल्याने कुंपण फक्त पुढील बाजूसच करावी लागेल. तर या गोठ्यास पुढे ४० फूट लांबीचे कुंपण करावयाचे आहे. म्हणजे गोठ्याची एक बाजू ४० फूट व दुसरी बाजू ४० फूट व तिसरी बाजू सुद्धा ५० फूट व एका बाजूस शेड व गव्हाण असणार आहे. म्हणजे सर्वसाधारणपणे १३० फूट लांबीचे कुंपण करावयाचे आहे. यासाठी जर ८ फूटावर एक खांब असे जर नियोजन केले, तर एकूण १३० फुटांच्या कुंपणासाठी मध्ये एका ठिकाणी दरवाजा गृहीत धरून १७ खांब लागतील व ४ फूट पन्हा असलेली १३० फूट लोखंडी जाळी लागेल. तसेच जाळी वरच्या बाजूस व खालच्या बाजूस घट्ट ठेवण्यासाठी वरून व खालच्या जमिनीच्या बाजूस सळ्यांची एक पूर्ण ओळ टाकावी लागेल. अशा प्रकारे ८ फूटांवर एक खांब रोवून घ्यावा व त्यानंतर जमिनीलगत व पूर्ण वरच्या टोकाला अशा दोन्ही बाजूस सळ्यांच्या ओळी तयार करून घ्याव्यात. या सळ्या ८ फूटांवर उभ्या केलेल्या खांबाना वेल्ड केले तरी चालेल किंवा 'यू' आकाराच्या स्क्रूमध्ये अशा सळ्या आवळल्या तरी चालतील. नंतर अशा

सळ्यांना व उभ्या खांबांना जाळी बांधून घ्यावी. मधे एका ठिकाणी मोठा रस्ता ठेवावा. म्हणजे कधीतरी २ किंवा ४ महिन्यांनी जनावरांचे शेण उचलण्यासाठी आतमध्ये वाहन नेता येईल.

अशा प्रकारे आपण कुंपण करू शकतो. बऱ्याच प्रसंगी जाळीला चांगला आधार मिळावा, यासाठी उभ्या केलेल्या ४ फुटी खांबास लोखंडी पाइपच्या तीन ओळी जोडल्या जातात. एक पहिली ओळ जमिनीबरोबर, दुसरी ओळ मध्यभागी व शेवटची तिसरी ओळ सर्वांत वरील बाजूस अशा प्रकारे भक्कम कुंपण करतात. असे कुंपण शक्यतो म्हशी किंवा जास्त दंगा करणाऱ्या जनावरांना करावे लागते. यास वरील कुंपणापेक्षा जास्त खर्च येतो व ३९० फूट लांबीचे पाईप जास्त बसवावे लागतात. परंतु कुंपणाचा आराखडा हा मजबूत होतो.

अंदाजे १३० फूट लोखंडी खांब व जाळी वापरून कुंपण करण्यासाठी लागणारे साहित्य		
अ.नं	तपशील	नग
१	६ फुटी लांबीचे खांब	१७
२	सळी २६० फूट	२१
३	जाळी १३० फूट	६
४	मजुरी	
५	एकूण	

जलव्यवस्थापन : अशा प्रकारच्या गोठ्यासाठी पाण्याची व्यवस्था वर लाकडी गोठ्यासाठी जशी दाखवली आहे, तशीच करू शकतो. परंतु बऱ्याच वेळेस बाहेरून पाण्याची टाकी आणण्यापेक्षा आपल्याकडील साधनांचा वापर करून पाहिजे त्या क्षमतेची, पाहिजे त्या ठिकाणी कायमस्वरूपी चांगली पाण्याची टाकी तयार करता येऊ शकते. यामध्येही धोरण हेच राहिले पाहिजे, की जनावरांना पाणी पिण्यासाठी सोय करावयाची आहे, पाणी साठवण्यासाठी नाही. बऱ्याच ठिकाणी काही शेतकरी मोठी टाकी गोठ्यात तयार

दोन बाजूंस गोठा व मध्ये गव्हाण म्हणजे दोनपाखी गोठा

करतात कारण एकदाच पाणी भरून ठेवले की त्रास नको, असा त्यांचा समज असतो. परंतु त्यामुळे दोन तोटे होतात. एक म्हणजे जागा व्यापते व टाकी मोठी केल्याने उपलब्ध पृष्ठभाग जास्त असतो त्यात जास्त पालापाचोळा पडून ते पाणी लवकर खराब होण्याची शक्यता असते. तसेच पाण्याचा जास्त पृष्ठभाग सूर्यप्रकाशाच्या संपर्कात आल्याने पाणी थंड न राहता ते गरम होण्यास सुरुवात होते. १० जनावरांसाठी आपण छोटी टाकी जरी ठेवली तरी ती व्यवस्थितपणे जनावरांची तहान भागवते कारण एकाच वेळेस सर्व जनावरांना तहान लागत नाही. ते आळीपाळीने पाणी पिऊ शकतात व जसे त्या टाकीतील पाणी संपेल तसे पाणी त्यात येईल.

ग्रुमिंग ब्रश : वरीलप्रमाणे कमी खर्चात ग्रुमिंग ब्रश याही गोठयासाठी करू शकता. अशा लाकडी ग्रुमिंग ब्रशला अधिक फायदेशीर करावयाचे असेल तर त्याला जर स्प्रिंग व व तयार ब्रश लावले तर याचा फायदा जास्त होईल. असे ब्रश कंपनीकडे विकतही मिळतात. यामध्ये जनावराला पाठीचा भाग, शेपटाकडील भाग घासता येतो, तसेच गोठ्यातील सर्व जनावरांची उंची एकसारखी असेलच असे नाही. त्यामुळे या ब्रशला लावलेल्या स्प्रिंगमुळे हा ब्रश वर खाली होऊ शकतो व त्याचा जास्तीत जास्त फायदा आपल्या गायींना होऊन आपले दूध उत्पादन व जनावराचे आरोग्य चांगले राहण्यास मदत

नक्कीच होईल, असे वाटते.

अशा प्रकारे एकपाखी गोठा वेगवेगळ्या प्रकारे करता १० ते १५ गायींसाठी करता येऊ शकतो परंतु त्यापेक्षा जास्त गायी असतील तर मध्ये गव्हाण व दोन्ही बाजूस मुक्त संचार अशा प्रकारचा गोठा अधिक फायदेशीर राहील. वरील पद्धतीने जास्त जनावरांचेही संगोपन करू शकता. तेवढी जागा त्यांना जास्त द्यावी लागेल.

दगडी कुंपण असणारा मुक्त संचार गोठा

अशा प्रकारचा गोठा हा जास्त डोंगराळ भागात ज्या ठिकाणी दगड अगदी सहज उपलब्ध होतात, अशा ठिकाणी आढळतो. अशा ठिकाणी कुंपण म्हणून दगडाची कच्ची भिंत घातलेली दिसेल. अशा पद्धतीत या प्रदेशात मुबलक प्रमाणात उपलब्ध असणाऱ्या दगडांचा वापर प्राधान्याने केला जातो. यासाठी डोंगराळ भागात उपलब्ध असणारे दगड ओबडधोबड असतात, त्यामुळे त्यांचा आकार पाहून ते एकमेकांवर ठेवून सर्वसाधारणपणे दीड ते दोन फूट रुंदीची भिंत तयार केली जाते व या भिंतीची उंची ही ४ ते ५ फुटांच्या आसपास असते. बाकी वर सांगितल्याप्रमाणे एकपाखी गोठ्याची शेड एका बाजूस केलेली असते.

दोनपाखी गोठा

अशा प्रकारचा गोठा सर्वसाधारणपणे १५ पेक्षा जास्त जनावरे असणाऱ्या शेतकऱ्याकडे असतो. कारण या गोठ्यात कमी श्रमात व कमी जागेत जनावरांचे चांगले व्यवस्थापन करता येते. वरीलप्रमाणे एकपाखी गोठ्याची जी संरचना पहिली, त्याचीच प्रतिकृती दुसऱ्या बाजूस केली जाते. यामध्ये दोन्ही बाजूंच्या गव्हाणीमध्ये चारा टाकण्यासाठी एकच रस्ता असतो. त्यामुळे जागेचीही बचत होते व एकाच वेळेला दोन्ही बाजूंच्या जनावरांवर लक्ष ठेवले जाते. आपणास या पद्धतीने जर ५० गायींचा गोठा बांधावयाचा असेल तर

सर्वसाधारणपणे तो कसा असेल याचे नियोजन पाहू.

शेड :

दोनपाखी पद्धतीने ५० जनावरांच्या शेडचे नियोजन करावयाचे झाल्यास २५ जनावरे एका बाजूस व २५ जनावरे दुसऱ्या बाजूस राहतील, असा विचार करू. २५ जनावरांना किती लांबीची गव्हाण लागेल त्याप्रमाणे त्यांच्या गोठ्याची लांबी आपण ठरवू शकतो. अशा मोठ्या गोठ्यात साधी गव्हाण केली तर ३०% जास्त गव्हाण ठेवावी लागेल. म्हणजे सर्व जनावरे एकाच वेळेस एकमेकास त्रास न देता चारा खाऊ शकतील. अशा सर्व पद्धतींचा विचार या गोठा पद्धतीत केला जातो. यामध्ये आपण वेगवेगळ्या प्रकारच्या शेड पाहू. बदल फक्त गव्हाणीतच केलेला दिसेल.

सर्वसाधारण शेड

अशा प्रकारच्या शेडमध्ये सर्वसाधारणपणे जसे डोक्याकडे डोके अशी गोठ्याची पद्धत करतो, तशीच असते. जर शेडचे नियोजन पाहिले तर २५ जनावरांसाठी आपल्या नियमांनुसार जनावरास गव्हाणीसह १० ते १२ फूट जागा व मध्ये चारा टाकण्यासाठी ४ फूट जागा व पुन्हा दुसऱ्या बाजूस गव्हाण व जनावरांसाठी १० ते १२ फूट जागा अशी सर्व जागा मिळून शेडची रुंदी होते २४ ते २८ फूट. परंतु मुक्त संचार गोठ्यात सावली जास्तीत जास्त उपलब्ध करावयाची असल्याने यामध्ये शेडची रुंदी जास्तीत जास्त ठेवणे आवश्यक वाटते. म्हणून वरीलप्रमाणे २५ गायींच्या शेडसाठी रुंदी २८ फूट अशी नियमित करू, तसेच एका जनावरास व्यवस्थितपणे गव्हाणीतील चारा खाता येण्यासाठी ४ फूट जागा आवश्यक आहे. ही जागा आपण कमीही करू शकतो परंतु अशावेळेस गव्हाणीला लोखंडी खांब उभे करून जनावरांच्या हालचालीवर मर्यादा आणावी लागेल. अशा पद्धतीने

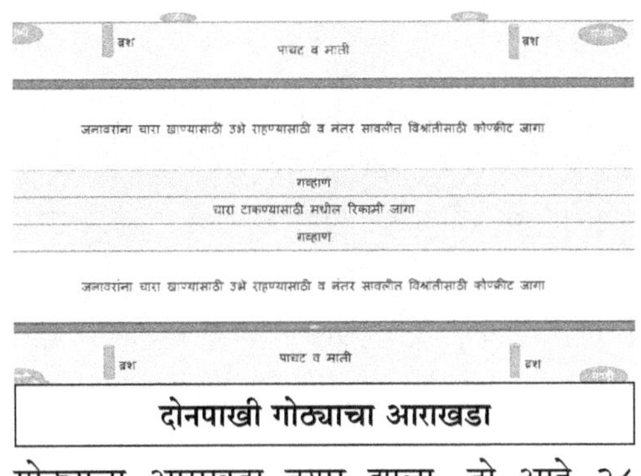

दोनपाखी गोठ्याचा आराखडा

गोठ्याचा आराखडा तयार झाला. तो आहे २८ फूट रुंद व २५ जनावरांसाठी १०० फूट लांब. या आराखड्यानुसार साधारणपणे १० फुटांच्या अंतरावर एक खांब असे ४० खांब लागतील. यात शेपटीकडील खांब हे जमिनीत रोवल्यानंतर ८ फूट व पुढील बाजूस जमिनीत रोवल्यानंतर १२ फूट अशा प्रमाणात ठेवू शकतो. शेडची उंची ठरविताना आपण गोठा कोणत्या भागात बांधणार आहोत, तेथे पाऊस, वाऱ्याचे प्रमाण, सरासरी तापमान याचा सरासरी विचार करूनच निर्णय घेणे योग्य ठरते. एकंदरीत तोंडाकडे-तोंड या पद्धतीत शेडची लांबी जास्त झालेली असते. त्यामुळे आतमध्ये तयार होणारी उष्ण हवा बाहेर पडण्यासाठी मध्यभागी पत्र्याची एक टोपी तयार केली जाते. यामधून गरम हवा बाहेर जाऊन थंड हवा आत गोठ्यात येत राहते. अशा प्रकारे १० फूट लांबीचे २० खांब व १४ फूट लांबीचे २० खांब असे ४० खांब लागतील. त्यानंतर उभे खांब सर्वसाधारण १५ फुटांचे ४० खांब व या डांबावर आडवे एका बाजूला तीन ओळी व दुसऱ्या बाजूला तीन ओळी अशा सहा ओळींसाठी ६०० फूट लांबीचे खांब लागतील. वर हवा जाण्यासाठी जी टोपी करावयाची आहे, त्यास लागणारे खांब वेगळेच घ्यावे लागतील. त्यानंतर ८ फूट लांबीचे ८० पत्रे लागतील. अशा प्रकारे आपले ५० जनावरांचे शेड तयार होईल.

ड्रेनेज :

खाली आराखड्यात दिल्याप्रमाणे पत्र्यावरून पडणारे पाणी व मुक्त संचार भागाकडून १ ते २ फुटाचा हा काँक्रिटचा भाग केलेला आहे. याचा उतार हा आत ड्रेनेजच्या बाजूस असतो. त्यानंतर सर्वसाधारणपणे ९ इंचाचे ड्रेनेज आपण करू शकतो. याला एका बाजूकडून दुसऱ्या बाजूकडे उतार केलेला असतो. या ड्रेनेजचे कोपरे जनावरांच्या पायांना लागू नयेत म्हणून ते टोकदार 'L' आकाराचे न ठेवता 'U' आकाराचे केल्यास फायदेशीर ठरते. तसेच ड्रेनेजची खोलीसुद्धा जास्त ठेवू नये. कारण अशा खळग्यात जनावराचा पाय लचकण्याची शक्यता जास्त असते. तसेच ड्रेनेजचा उतार हा कमी प्रमाणात एका बाजूस काढावा. असे करताना एका बाजूस ड्रेनेज वर असल्यासारखे जाणवेल तर दुसऱ्या बाजूस ते काही प्रमाणात खोल असल्याचे जाणवेल. या ड्रेनेजच्या शेवटच्या भागात एक चेंबर करावा. हा चेंबर सर्वसाधारणपणे १.५ फूट X २ फूट आकाराचा केला तरी चालेल. त्याची खोली ही पुढील ड्रेनेज व्यवस्थेतून व्यवस्थितपणे पाणी पुढे जाईल अशा गोष्टींचा विचार करून ठेवावी व त्या ठिकाणी अशा चेंबरला जाळी बसवावी, जेणेकरून या जाळीमुळे गोठ्यातून येणारा मोठा कचरा अडविला जाईल व पुढील ड्रेनेजची लाईन जाम होणार नाही. या चेंबरला वेळोवेळी आपण स्वच्छ करून आपली गोठ्यातील ड्रेनेजची यंत्रणा व्यवस्थित ठेवू शकतो.

गोठ्याचा पृष्ठभाग :

जनावरे बराच वेळ या पृष्ठभागावर असतात. त्यामुळे जनावरांना जास्तीत जास्त आराम तेथे मिळावा, यासाठी या भागाच्या निर्मितीकडे अधिक लक्ष दिले पाहिजे. वरील आराखड्यानुसार ड्रेनेज व गव्हाणीची जागा सोडली तर सर्वसाधारणपणे ८ फूट जागा ही अशा प्रकारची असते व या जागेवर उभी राहून जनावरे चारा खातात. तसेच या जागेतच उन्हाच्या कालावधीत जनावरे विश्रांती घेतात. बऱ्याच वेळेस दूध काढण्याची जागाही हीच असते. त्यामुळे जनावरांचे मलमूत्र याच जागेवर पडत असल्याने जागा खराब होण्याची शक्यता जास्त असते. त्यामुळे अशी जागा पक्क्या काँक्रिटमध्ये करणे आवश्यक असते. तसेच अशा जागेवर काँक्रिट करताना त्यावरून जनावराचा पाय घसरू नये याची दखल घ्यावी लागेल. अशी बरीच उदाहरणे आहेत, की पृष्ठभाग गुळगुळीत असल्यामुळे गाय घसरून मागील कमरेतील हाडांचे फ्रॅक्चर होऊन गायी कायमच्या अधू होऊ शकतात. त्यासाठी हा भाग

जास्त जनावरांसाठी गोठा आराखडा

खरबरीत करणे जास्त महत्त्वाचे आहे, जेणेकरून अशा भेगांमध्ये जनावरांचे पाय अडकून पुढील अनर्थ टळू शकेल. बऱ्याच ठिकाणी अशा पृष्ठभागावर तिरक्या रेषा मारल्या जातात. या रेषा लहान आकाराच्या व या अशा + आकाराच्या असण्यापेक्षा X अशा आकाराच्या असल्यास पाण्याचा निचरा मागील गटरपर्यंत व्यवस्थितपणे व पटकन होईल व गोठा लवकर सुकण्यास मदत होईल. याउलट अशा + आकाराच्या आडव्या व उभ्या रेषा मारल्यास पाणी गटरपर्यंत जाण्यास विलंब होतो व जमीन बराच वेळ ओली राहिल्याने जनावरांना त्याचा त्रास होण्याची शक्यता असते. या विश्रांतीच्या भागाच्या दोन्ही बाहेरील बाजूस ३ ते ४ फूट भिंत बांधल्यास वाऱ्यापासून जनावरांचे चांगले संरक्षण करता येईल.

● **गव्हाण :**

सर्वसाधारणपणे अशा गोठ्यात पारंपरिक पद्धतीने व आधुनिक अशा दोन पद्धतीने गव्हाण बांधली जाते. जनावरांना अधिक आरामशीरपणे चारा खाता यावा व कमीत कमी कामगारांच्या मदतीने चारा टाकता यावा, या दृष्टीने अशा गव्हाणीची रचना केली जाते. तसेच अशा गव्हाणी साफ करताना जास्त वेळ लागत नाही, हे महत्त्वाचे आहे.

साधी गव्हाण

या शेडमध्ये दोन्ही बाजूस गव्हाण व मध्ये जाण्या-येण्यासाठी साधारणपणे २ फुटांपासून ते ४ फुटांपर्यंत रस्ता ठेवला जातो. गव्हाण ही जुन्या पद्धतीचीच असते, म्हणजे बाहेरील बाजू २.५ ते ३ फूट रुंद व जनावरांची बाजूची उंची २.५ फूट व पुढील उंची ही चर पुढे पडू नये म्हणून थोडी जास्त ठेवलेली असते. ती सर्वसाधारणपणे ३ फूट असते. आतील बाजूची रुंदी सर्वसाधारणपणे १.५ ते २ फुटांपर्यंत ठेवलेली असते. गव्हाणीच्या आतील बाजूना इंग्रजी 'यू' आकार दिलेला असतो, जेणेकरून

गव्हाणीचा कोपरा जनावरांच्या तोंडाला लागून इजा होऊ नये व चारा खाताना जनावर आरामशीरपणे चारा खाऊ शकेल. अशा गव्हाणीच्या एका बाजूस जनावरांना बांधण्यासाठी लोखंडी कड्या लावलेल्या असतात. अशा कड्या सर्वसाधारणपणे ४ फुटांच्या फरकाने लावलेल्या असतात, जेणेकरून जनावरांना चारा खाण्यासाठी किंवा धारा काढण्यासाठी या ठिकाणी बांधणे सोपे जावे.

आधुनिक पद्धतीची गव्हाण

या पद्धतीच्या गव्हाणीत जनावरांना जास्त वर तोंड उचलून चारा खाण्याची सोय नसते. जनावरे ज्या पद्धतीने रानामध्ये चरतात ते तंत्र या गव्हाणीची संरचना करताना वापरलेले असते. या गव्हाण पद्धतीत जनावरांना चारा खाण्याचे अंतर हे पायाच्या उंचीपासून अर्ध्या फुटाच्या जवळपास असते. जनावराच्या पायापासून दीड फूट उंच भिंत बांधली जाते व या भिंतीत जनावराचे तोंड सहजपणे आत जाईल या पद्धतीने लोखंडी खांब उभे केले जातात. हे अंतर दीड ते २ फुटांचे ठेवू शकता. जर आपल्या गायी पूर्णपणे बिनशिंगाच्या असतील तर दोन डांबांमधील अंतर कमी करू शकता. हे सर्व उभे खांब एका आडव्या खांबाने जोडले जातात. या खांबाची उंची साधारणपणे अशी ठेवली जाते की, उंची जास्त असल्यास त्यातून एखादे जनावर बाहेर येणार नाही व कमी असल्यास जनावरास चारा खाताना मानेला सदर खांबाचा अडथळा होणार नाही. गोठ्यातील उंच व लहान जनावरांच्या उंचीचा अंदाज घेऊन एक ठरावीक उंची ठरवून आडवा खांब लावला जातो. यानंतर अशा दोन्ही भिंतींमध्ये साधारणपणे १० ते १५ फुटांचे अंतर ठेवले जाते, जेणेकरून ट्रॉली वा ट्रॅक्टरच्या साहाय्याने चारा व्यवस्थितपणे टाकता येऊ शकेल. या प्रकारच्या गव्हाणीत चारा टाकल्यास जनावराच्या खाण्याच्या पद्धतीने या चाऱ्यामध्ये जी जागा ठेवली आहे अशा

जागेत जाण्याची शक्यता जास्त असते. मग वारंवार हा चारा आपणास जनावरांपुढे सरकवावा लागतो. हे परिश्रम कमी करण्यासाठी गव्हाणीच्या बाजूच्या ३ फूट भागास थोडा उतार दिला तर हा चारा जास्त पुढे सरकणार नाही व सरकला तरी उतार असल्यामुळे हा चारा पुन्हा जनावराच्या खाण्याच्या जागेवर येईल. हा उतार जास्तसुद्धा असू नये कारण या भागातून काही वेळेस ट्रॅक्टरला ये-जा करावी लागते. अशा प्रकारच्या गव्हाणी साफ करण्यास सोप्या व जास्त उपयोगी असतात.

● कुंपण :

अशा पद्धतीच्या गोठ्यास आपण लोखंडी खांब व जाळीच्या साहाय्याने कुंपण करणे जास्त सोयीस्कर होईल. या पद्धतीत अधिक भक्कमपणा यावा यासाठी जाळीच्या आधारासाठी तीन आडवे पाईप लावलेले असतात, त्यामुळे हे कुंपण एकदम भक्कम होते.

जास्त जनावरे असणाऱ्या गोठ्यात आवश्यक गव्हाण

लॉकिंग पद्धतीची गव्हाण

आता आपणास ५० फूट रुंद व १०० फूट लांब व पुन्हा ५० फूट रुंद असे २०० फूट कुंपण एका बाजूला व तसेच २०० फूट कुंपण दुसऱ्या बाजूला अशा प्रकारे ४०० फूट कुंपण व आत-बाहेर ये-जा करण्यासाठी ४ दरवाजे ठेवण्याचे नियोजन करावे लागेल. सर्वसाधारणपणे ४०० फूट जाळी १२०० फूट पाईप व ८ फुटांवर एक खांब असे ६ फूटी ५० खांब लागतील व अशाच प्रकारे ४ ठिकाणी दरवाजे ठेवावे लागतील. अशा पद्धतीने आपले भक्कम कुंपण व गोठ्यातील खत बाहेर काढण्यासाठी वाहन आत-बाहेर येण्यासाठी चार दरवाजे केल्यास आपला व्यवस्थित गोठा होईल. अशा २५ जनावरांच्या कप्प्यात आपण १२-१२ जनावरांसाठी लहान कप्पे करून कमी जास्त दूध देणाऱ्या जनावरांची वेगवेगळी व्यवस्था करू शकतो.

जास्त खर्चाचा गोठा

हा गोठा २५ हून अधिक जनावरांचा गोठा करावयाचा असल्यास केला जातो. यात एकदाच गुंतवणुकीचा विचार करून कमीत कमी श्रम, कमीत कमी खर्चात पुढील व्यवस्थापन व जनावरांना जास्तीत जास्त आराम देण्याकडे कल असतो. त्याप्रकारचे साहित्य ठेवण्याचा जास्तीत जास्त प्रयत्न केला जातो. या गोठ्यात एका जनावरास साधारण २०० स्क्वेअर फूट पेक्षा कमी जागा ठेवली जाते.

● गव्हाण :

यामध्ये गव्हाणीची रुंदी जास्त असते, जेणेकरून वाहनातून चारा व्यवस्थितपणे टाकता यावा ही दक्षता घेतली जाते.

● शेड :

या गोठ्याचे शेड फार भक्कम व खर्चिक असते. कमीत कमी जागा व देखभाल खर्च व्हावा यासाठी दोनपाखी गोठ्याचा विचार या ठिकाणी केला जातो.

याची संरचना वरील दोनपाखी गोठ्यासारखीच असते परंतु यामध्ये गव्हाणीसाठी जास्त जागा ठेवलेली असते व शेडमध्येही जास्त सावलीसाठी दुप्पट शेडची रुंदी ठेवली जाते.

या शेडमध्ये जनावरांना विश्रांती व चारा खाण्यासाठी सर्वसाधारणपणे १५० ते २०० स्क्वेअर फूट जागा ठेवली जाते, शेडचा पृष्ठभाग हा वर दिल्यांप्रमाणे काँक्रिटचा व आडव्या रेषा असलेला केलेला असतो त्यानंतर मागील बाजूस सर्वसाधारणपणे ९ इंचाचे गटर ठेवल्यानंतर पुन्हा १२ ते १५ फूट रुंदीची शेड जादा आवश्यक सावलीसाठी ठेवले जाते. परंतु या शेडमध्ये पृष्ठभाग हा काँक्रिटचा न बनवता तो मातीचा किंवा वाळूचा ठेवलेला असतो. ज्या ठिकाणी मातीचा पृष्ठभाग असतो, अशा ठिकाणी जो पालापाचोळा आपण पेटवून देतो, त्याचा वापर केला जातो. हा भाग जनावरांचा फार आवडता असतो. जास्तीत जास्त जनावरे या भागात जास्त वेळ असतात. चारा खाण्यासाठी व पाणी पिण्यासाठी इतरत्र वेळ सोडून अशा मऊ जागी जनावरे शांतपणे विश्रांती घेत रवंथ करत बसतात. दोन्ही शेडमधील काही भाग हा थोड्याफार प्रमाणात ओलसर राहतो व या भागात आजार निर्माण करणाऱ्या जीवजंतूंची वाढ होऊ नये तसेच शेण व मूत्रामधून तयार होणाऱ्या अमोनियाचा जनावरांना त्रास होऊ नये, यासाठी ई एम द्रावणाचा वापर करावा लागेल. यामुळे फक्त जीवजंतूंची वाढ थांबवली जाते असे नाही तर गोठ्याला येणारा अमोनियाचा वास जाऊन एक गोड आंबट वास येतो. ई एम द्रावण या सदरात या विषयाची विशेष माहिती घेणार आहोत. अशा पद्धतीने जनावरांसाठी पुढे व पाठीमागे अशा दोन पद्धतीच्या सावल्यांचा विचार या गोठ्यात केल्याने जनावरांना जास्तीत जास्त आराम मिळू शकतो.

गटर :

जनावरांच्या पाठीमागे ९ इंचाचे गटर काढलेले असते. हे गटर लोखंडी जाळीच्या साहाय्याने झाकलेले असते तर याची खोली वरील गटरपेक्षा जास्त असते कारण बहुतांश वरचे शेण काढून राहिलेला कचरा व शेण पाण्याचा जोराचा फवारा मारून धुवून टाकले जाते. यामुळे या शेडची गटर यंत्रणा अधिक सक्षम करणे महत्त्वाचे असते. तसेच बऱ्याच ठिकाणी ही गटर यंत्रणा पुढे एका टाकीला जोडलेली असते, की ज्या ठिकाणी हे सर्व पाणीमिश्रित शेण गोळा होते व नंतर मड पंपाच्या साहाय्याने हे पातळ शेणखत शेतातल्या पाण्यात सोडले जाते. त्यामुळे पाण्याबरोबर या शेणखताचा पुरवठा शेतीस होतो. या खतात मूत्राचे प्रमाण जास्त असल्याने हे खत शेतीला जास्त मानवते व चांगले उत्पन्न निघते.

पाचट व माती
जनावरांना चारा खाण्यासाठी उभे राहण्यासाठी व नंतर सावलीत विश्रांतीसाठी काँक्रिट जागा
गव्हाण
चारा टाकण्यासाठी मधली रिकामी जागा
गव्हाण
जनावरांना चारा खाण्यासाठी, उभे राहण्यासाठी व नंतर सावलीत विश्रांतीसाठी काँक्रिट जागा
ड्रेनेज
पाचट व माती

● कुंपण :

या गोठ्यास जाळी व मजबूत पाइपचे कुंपण केलेले असते. हे पाईप फार मजबूत असतात. बऱ्याच ठिकाणी आतील कुंपण हे पाइपचे तर बाहेरील कुंपण हे पाईप व जाळीपासून बनविलेले असते. यात वरीलप्रमाणे ८ फुटांच्या आसपास खांब रोवून त्यास आडव्या पाईपच्या ओळी लावल्या जातात. पहिल्या म्हणजे जमिनीलगतच्या

ओळीमध्ये सर्वसाधारणपणे जमिनीपासूनचे अंतर हे १.५ ते २ फूट ठेवले जाते व त्यानंतरच्या ओळींमधील अंतर हे १ फुटाच्या आसपास ठेवले जाते. जनावराची उंची असल्यामुळे पहिल्या ओळीचे अंतर जास्त ठेवले आहे व नंतरच्या ओळीचे अंतर कमी ठेवलेले आहे कारण जनावरे त्यामध्ये तोंड घालून पाईप वाकडा करण्याची शक्यता असते. जर यावर जाळी लावली तर या सर्व शक्यतांना पूर्णविराम मिळतो. फक्त जाळीला चांगल्या प्रकारे आधार द्यावा लागतो. बरेच शेतकरी काही ठिकाणी शिल्लक आहे म्हणून नियमित कुंपणासाठी अणकुचीदारपणा असणारी जाळी वापरतात, परंतु शक्यतो ती वापरू नये, कारण कोणत्या ना कोणत्या कारणाने जनावर जाळीला खेटत असते व अशा टोकदार तारांनी त्यांना जखमा होण्याची शक्यता असते. याचबरोबर आपण जाळी डांबास ज्यावेळेस जोडत असतो अशा वेळेस खिळे किंवा नट हा आतून बाहेर लावावा जेणेकरून त्याचा टोकदार भाग हा बाहेरच्या बाजूस राहील. तसेच जाळी लावताना ती डांबाच्या आतील बाजूने लावावी, म्हणजे ज्या वेळेस जनावर जाळीवर आदळते अशा वेळेस जाळीला या डांबाचा आधार मिळतो. जर अशा वेळेस आपण जाळी बाहेरच्या बाजूने लावली तर जनावराचे वजन या जाळीवर पडून जाळी नटातून निसटण्याची शक्यता असते. परंतु आतून लावल्याने जाळी नटातून निसटली तरी डांबास अडकते, तिला डांबाचा मजबूत आधार मिळतो व गोठ्यात होणारी मोडतोड टळते.

बरेच शेतकरी जाळी लावताना एका बाजूला जाळी अडकण्यासाठी हुकचा वापर करतात व हा हुक दुसऱ्या बाजूच्या बोल्टने आवळला जातो. बोल्ट आवळण्याची बाजू बाहेर ठेवावी म्हणजे हा नटचा अणकुचीदार भाग बाहेरच्या बाजूस राहील

व त्यापासून जनावरांना कोणतीही गंभीर प्रकारची जखम होणार नाही.

● **गव्हाण**

अशा गोठ्यात गव्हाण ही एक महत्त्वाची बाब असून या गव्हाणीची संरचना करताना कमीत कमी कामगार खर्च तसेच कमीत कमी देखभालीत गोठ्याचे नियोजन करता यावे, हा उद्देश डोळ्यांसमोर ठेवावा. यामध्ये तोंडाकडे तोंड करणारी गव्हाण असते व गव्हाणीची उंची सर्वसाधारणपणे अर्धा फूटच असते, फक्त जनावराच्या तोंडाने चारा मागे जाऊ नये म्हणून मागील बाजूस एक १ ते १.५ फूट भिंत उभी केलेली असते. जनावरांचे पाय व चारा खाण्याची जागा यांच्या उंचीत फक्त अध्या फुटाचा फरक असतो. या पद्धतीत जनावरे रानात नैसर्गिकरीत्या चारा खाताना त्यांच्या पायांच्या जवळपास टायचे तोंड येत असते. बऱ्याच वेळेस असे म्हटले जाते की खाली वाकून नैसर्गिकरीत्या चारा खाल्ला की जनावराच्या तोंडातील लाळ उत्पन्न होण्याचे प्रमाण जास्त असते. हा नैसर्गिकपणा आपण आपल्या जनावरांना या प्रकारच्या गव्हाणीच्या पद्धतीतून दिला आहे. दोन्ही गव्हाणीतील अंतर हे सर्वसाधारणपणे १० ते १२ फूट असते. हे अंतर ठेवताना आपणास वाहनाच्या साहाय्याने चारा टाकणे सुलभ व्हावे या उद्देशाने सर्व विचार केलेला असतो. तसेच काही ठिकाणी गव्हाणीच्या बाजूस थोडा उतार ठेवल्यास जो चारा जनावरांच्या तोंडाने पुढे पुढे सरकतो, तो यामुळे जास्त सरकत नाही.

जनावरांनी जास्त चारा खाताना जास्त हालचाल करू नये, एकमेकांना मारू नये व शांततेत चारा खावा यासाठी एक लोखंडी आराखड्याची लॉकिंग व्यवस्था केलेली असते. बऱ्याच कंपन्यांचे हे तयार उत्पादन असते किंवा काही शेतकरी असे त्यांच्या

गोठ्यातही करू शकतात.

* या पद्धतीचा एक फार महत्त्वाचा फायदा आहे जनावरांना बंदिस्त करण्याचा. अशा मुक्त संचार गोठ्यात जर जास्त जनावरे असतील तर अशा सर्व जनावरांना बांधण्यासाठी जाणारा वेळ टाळण्यासाठी आपण चारा टाकला आणि एकदा की लॉकिंग यंत्रणा कार्यान्वित केली, तर अगदी काही मिनिटांत आपण आपल्या सर्व जनावरांना बंदिस्त करू शकतो. बऱ्याच वेळेस असे प्रसंग येतात, की व्यापक लसीकरण किंवा गोठ्यातील देखभालीसाठी तसेच माजावर आलेल्या जनावरांना पकडण्यासाठी किंवा आजारी जनावरांना पकडण्यासाठी आपणास एका - एका जनावरास कळपात जाऊन पकडणे ही फार मोठी कसरत असून त्यात फार श्रम वाया जातात व जनावरांनाही अडचणीचे होत असते. म्हणून ही पद्धती फार फायदेशीर आहे.

* याचा दुसरा फायदा म्हणजे बऱ्याच वेळेस असे निदर्शनास आले आहे, की सर्व जनावरांस जरी आपण एकसारखेच खायला दिले तरी शेजारच्या मोठ्या जनावरास वाटते की माझ्यापेक्षा या शेजारच्या जनावराच्या ठिकाणी चांगला चारा आहे. मग ते जनावर त्या जनावराला बाजूला करते व थोडा चारा खाते व पुढच्या वेळेस दुसऱ्या जनावरास बाजूला करते. त्यामुळे जनावरांना शांत वातावरणात चारा खाण्यास अडचण होते व त्याचा अप्रत्यक्षपणे फरक हा उत्पादन क्षमतेवर पडत असतो. या पद्धतीत चारा टाकल्यानंतर सर्व जनावरे आपली जागा पाहून चारा खाण्यास सुरुवात करतात व अशा अवस्थेतच ही लॉकिंग करण्याची यंत्रणा कार्यान्वित केली की जो पर्यंत चारा संपत नाही, तो पर्यंत ही लॉकिंग यंत्रणा तशीच ठेवली जाते व ज्यावेळेस सर्व जनावरांचे चारा खाऊन होईल, त्यानंतर ही लॉकिंग यंत्रणा

काढून जनावरे मुक्त होतात. यामुळे जनावरांची जास्त मारामारीही होत नाही.

दुसरी एक पद्धत

यामध्ये जनावरांना चारा खाण्यासाठी गव्हाणीला वरीलप्रमाणे लॉकिंग पद्धत केलेली असते, त्याचप्रकारची गव्हाण आपणास करावयाची आहे पण त्यास लॉकिंग पद्धत करायची नाही. यासाठी ज्याप्रकारे आपणास कमी उंचीची गव्हाण करावयाची आहे त्याच प्रमाणे गव्हाणीचे नियोजन करून गव्हाणीच्या मागील भिंतीवर सर्वसाधारणपणे १ ते १.५ फूट अंतरावर आपणास लोखंडी खांब लावावे लागतील. या खांबांना लॉकिंगची सुविधा नसेल, परंतु याचा फायदा आपणास एकच होईल की आपण जनावरांना खाण्यासाठी चारा टाकल्यानंतर सर्व जनावरे एकाच वेळेत चाऱ्यावर तुटून पडतात व अशा वेळेस मोठी जनावरे किंवा भांडखोर जनावरे आपल्या पुढचे खायचे सोडून दुसऱ्या जनावरापुढचे खाण्यासाठी त्या जनावरास बाजूला सारून तेथे चारा खातात. असे त्यांचे सारखे चालू असते व यामुळे चारा टाकल्यानंतर काही वेळ गोठ्यात अशांतता पसरते. त्यासाठी खांबाचा अडथळा असल्यामुळे अशा भांडखोर जनावरांस हालचाल करता येत नाही व ते शांततेत चारा खातात.

मुक्त संचार गोठा

८. मुक्त संचार गोठ्याचे फायदे

मुक्त संचार गोठा ही पद्धती तशी जुनीच आहे. फार पूर्वीपासून आपल्याकडच्या देशी गायी रानात चरायला सोडत असत व त्यानंतर त्यांना पाणी पाजून एका मोठ्या शेडमध्ये एकत्र न बांधता ठेवले जात असे. पुन्हा सकाळी त्यांना चरायला सोडले जायचे. परंतु जसजसे चराऊ कुरणांचे प्रमाण कमी होऊ लागले, तसतसे अशा जनावरांना रानात चरायला जागा अपुरी पडू लागली. त्यामुळे त्यांना बांधून ठेवून शेतीतील उत्पादनातून निघालेले उपपदार्थ व काही प्रमाणात शेतात चारा पिकांचे उत्पादन घेऊन जनावरांचे संगोपन सुरु झाले. त्याबरोबरच आपल्याकडे विदेशी जनावरांचे संकरणही चालू झाल्यामुळे त्यांना सोयीसाठी एकाच जागेवर बांधून तेथे सर्व सोयीसुविधा पुरविण्याचे नियोजन चालू झाले. परंतु दुसऱ्या बाजूने विचार केला तर जनावराचा एक मशीन म्हणून वापर होत असल्याचे दिसू लागले. याचबरोबर जनावरांवर येणारा ताण, त्यांचे वाढणारे आजारपण, कमी होणारी दुग्धोत्पादन क्षमता अशा अनेक महत्त्वपूर्ण बाबींचा आपण विचारच केला नाही. त्यामुळे कमी खर्चात जास्त उत्पादनाचे उद्दिष्ट कसे साध्य होणार, हा विचार करणे गरजेचे ठरले.

गोविंद डेअरीतील व आसपासच्या परिसरातील बऱ्याच शेतकऱ्यांनी मुक्त संचार गोठा पद्धतीचा अवलंब केला आणि एक एक फायदा चांगल्या पद्धतीने पुढे येऊ लागला. आजच्या कालखंडात मुक्त संचार गोठा पद्धती किती महत्त्वाची आहे, याची जाणीव होऊ लागली. मुक्त संचार गोठा पद्धतीचा अवलंब करताना सर्व थरांमध्ये फायदा झाल्याचे निदर्शनास आले. यामुळे शेतजमिनीची सुपीकता वाढते, जनावरे आनंदी व निरोगी राहतात. अशा जनावरांपासून मिळणारे दूध हे चांगल्या गुणवत्तेचे असते. मुक्त संचार गोठ्यामुळे शेतकऱ्यास कमी श्रमात जास्त फायदा होतो, तर डेअरीला चांगल्या प्रकारचे पदार्थ तयार करता येतात. सर्वांत महत्त्वाचे म्हणजे ग्राहकांना दर्जेदार दूध उपलब्ध होते.

● **दूध उत्पादन वाढ :** मुक्त संचार गोठ्याच्या पद्धतीने दूध उत्पादनात चांगल्या प्रकारची वाढ नोंदवली गेली आहे. कारण जनावरांची दूध देण्याची शक्ती व क्षमता त्यांच्या अंगात असते, परंतु तसे

वातावरण व सोयीसुविधा न मिळाल्यामुळे जनावरे त्यांच्या क्षमतेएवढे दूध देऊ शकत नाहीत. आपला असा समज होतो, की गायीची क्षमता एवढीच आहे किंवा आपल्या वातावरणात हे जनावर टिकत नाही वा त्यांना वातावरण मानवत नाही.

मुक्त संचार गोठ्यात जनावरास सर्व प्रकारचे स्वातंत्र्य असते. जनावरांची स्वतःची दिनचर्या करण्यासाठी ज्या गोष्टी त्यांना आवश्यक आहेत, ते त्या शोधात असतात व अशा सुविधा आपण आपल्या क्षमतेप्रमाणे त्यांना चांगल्याप्रकारे देण्याचा प्रयत्न केलेला असतो. मुक्त संचार गोठ्यात जनावरास भरपूर प्रमाणात चारा ठेवलेला असतो व त्यामुळे त्यांना गरजेप्रमाणे चारा मिळतो. त्यामुळे जनावरे निवांत आपल्या मर्जीप्रमाणे वेळ मिळेल तेव्हा व भूक लागेल तेव्हा गव्हाणीतील चारा खातात व त्यांना जास्तीत जास्त दूध उत्पादन वाढीस आवश्यक असलेले महत्त्वाचे अन्नघटक या चाऱ्यातून उपलब्ध होतात. अशाप्रकारे चाऱ्याच्या उपलब्धते- मुळे जनावरांचा आहार वाढतो. या सर्व गोष्टींमुळे दूध उत्पादन वाढीस मदत होते हे तितकेच महत्त्वाचे आहे.

जनावरांना सर्वांत महत्त्वाचा असतो आराम. जनावरे चारा एकदम खाऊन निवांतपणे रवंथ करतात. रवंथ करण्याच्या प्रक्रियेद्वारे चारा पुन्हा चावण्यासाठी तोंडात आणून चांगल्याप्रकारे लाळ मिसळून तो चारा पुन्हा गिळतात, त्यामुळे खाल्लेल्या चाऱ्याचे पचन चांगले होते. जनावरांनी चांगल्याप्रकारे रवंथ करणे आवश्यक असते व त्यांना तशी आरामशीर जागा आवश्यक असते. मुक्त संचार गोठ्यात जनावर त्यांच्या मर्जीने जागा निवडत असल्याने जे काही अन्न जनावर खाते, त्याचे पचन चांगले होते व त्यामुळे दूध उत्पादन वाढीस मदत होते. त्यामुळे मुक्त संचार गोठा केल्यास शेतकऱ्यांची पहिली

प्रतिक्रिया असते, की दूध उत्पादन वाढले आहे.

मुक्त संचार गोठ्यात जनावरांना चारा त्यांच्या मर्जीप्रमाणे मिळाला, तसेच त्यांना रवंथ करण्यासाठी जो जागा व आराम पाहिजे तोही त्यांच्या मर्जीप्रमाणे मिळाला, परंतु त्यांना जर त्यांच्या इच्छेप्रमाणे जर पाणीच मिळाले नाही तर खाल्लेल्या अन्नाचे पचन होण्यास पुन्हा अडथळे निर्माण होऊ शकतात. म्हणून मुक्त संचार गोठ्यात जनावरांना जास्तीत जास्त वेळ चांगल्या पाण्याची व्यवस्था करून दिलेली असते. असे पाणी सिमेंटच्या टाकीच्या आधारे थंड ठेवण्याचा प्रयत्न केला जातो, ज्यामुळे जनावर जास्तीत जास्त पाणी पिण्यासाठी वापरेल व अन्नाचे पचन चांगल्याप्रकारे होईल. आपण जेवण झाल्यानंतर अगदी थोडे पाणी पितो व जेवण झाल्यानंतर सर्वसाधारणपणे अर्ध्या किंवा एक तासाने भरपूर पाणी पितो. परंतु बांधलेल्या अवस्थेतील जनावरांना आपण फक्त दोन किंवा जास्तीत जास्त तीन वेळा पाणी देतो व तेही आपल्याला ज्यावेळी वेळ असेल त्या वेळेला.

अन्न पचन करण्यासाठी जी चयापचयाची प्रक्रिया होते, त्यासाठी जनावराला थोड्या प्रमाणात का होईना, पाण्याची आवश्यकता असते व त्यामुळे पचन सुधारते व जनावरांच्या शरीरातील सामू व्यवस्थित राखला जातो. मुक्त संचार गोठ्यामध्ये जनावरांना माहीत असते, की आपणास या ठिकाणी २४ तास पाणी पिण्याची व्यवस्था केलेली आहे व त्यामुळे चारा खाऊन झाल्यानंतर किंवा वेळोवेळी रवंथ करताना त्यांना पाण्याची आवश्यकता वाटते, त्या वेळी ते टाकीतील पाणी पितात. त्यामुळे त्यांची पाण्याची गरज भागते. बऱ्याच वेळेस असे आढळते, की मुक्त संचार गोठ्यात पाणी भरपूर उपलब्ध असल्याचे जनावरांना माहिती झाल्याने ते दिवसातून बऱ्याच वेळा मर्जीप्रमाणे पाणी पितात. उन्हाळ्यात

प्लॅस्टीक बॅरेलची गव्हाण

मुक्त संचार गोठ्यातील आतील बाजूची गव्हाण

तर ते १४ ते १५ वेळा सुद्धा पाणी पितात. बंदिस्त गोठ्यात जनावरांना माहीत असते, की आपणास एकदाच किंवा दिवसातून दोनदाच पाणी मिळणार आहे व ते कधी मिळेल, याचाही नेम नाही. त्यामुळे ते एकाचवेळी अधाशासारखे पाणी पितात. त्यामुळे अन्नाचे सेवन करण्यावर मर्यादा येतात. परिणामी जनावराची दूध देण्याची क्षमता असतानाही ते दूध उत्पादन देत नाहीत व तोटा होतो.

मुक्त संचार गोठ्यात जनावरास फिरण्याचे, उठण्याचे, बसण्याचे सर्व प्रकारचे स्वातंत्र्य असल्याने भरपूर व्यायाम मिळतो. त्यांची हालचाल वाढल्याने अन्नाचे व पाण्याचे सेवनही जास्त प्रमाणात होते. या सर्व गोष्टींमुळे दूध उत्पादनात वाढ होते. बंदिस्त गोठ्यात जनावरांना एकाच जागेवर बांधून ठेवल्याने चारा-पाणी जागेवर दिले जाते, परंतु एक महत्त्वाची गोष्ट आपण विसरतो ती म्हणजे त्यांचा व्यायाम किंवा त्यांच्या शरीराची हालचाल. आपण जसे जेवणानंतर शतपावली करतो तर मग जनावरांच्या बाबतीत असा विचार का करत नाही? जनावराने भरपूर चारा खाल्ल्यानंतर फिरण्याची आवश्यकता असते, जेणेकरून खालेल्या अन्नाचे पचन चंगल्या प्रकारे होईल. परंतु जनावरास आपण एक मशीन बनवून ठेवले आहे. चारा-पाणी दिल्यानंतर म शीनप्रमाणे जनावराने आपणास दूध दिले पाहिजे.

यामध्ये बदल करणे आवश्यक असून जनावरांना सुद्धा व्यायामाची गरज आहे, ही बाब आता प्रकर्षाने पुढे येत आहे व त्याचे फायदेही आता शेतकऱ्यांच्या लक्षात येत आहेत.

बऱ्याच ठिकाणी आपण असे पाहतो की एका जागेवर बांधलेले जनावर कित्येक महिने त्याच जागेवर बांधलेले असते, अशीही काही उदाहरणे आहेत. माणुसकीच्या बाजूने पाहिले तर अशा जनावरांना आपण त्यांना त्यांच्या पद्धतीने वागविले पाहिजे.

म्हणजे आपण ज्याप्रमाणे आहार व विहार करतो, त्याप्रमाणे जर जनावरास दिले तर नक्कीच जनावरे भरभरून दिल्याशिवाय राहणार नाहीत. मुक्त संचार गोठ्यात जनावरे चारा खातात, विश्रांती घेतात पाहिजे त्यावेळी गोठ्यात इकडे तिकडे फिरतात. पाणी पिण्यास एका वेगळ्या बाजूस जातात. सर्वसाधारणपणे मुक्त संचार गोठ्यात पाण्याची व्यवस्था ही गव्हाणीपासून थोड्या दूर अंतरावर केलेली असते. उद्देश एकच असतो की चारा खाल्ल्यानंतर जनावरांनी जरा पाणी पिण्यासाठी का होईना जरा चालावे, जेणेकरून त्यांच्या शरीराला थोड्याफार प्रमाणात व्यायाम होईल व त्याचा परिणाम जनावराचे आरोग्य व दूध उत्पादनावर नक्कीच होईल.

मुक्त संचार गोठ्यात जनावरांचा आहार चांगला होतो, त्यांना वेळेला पाणी मिळते व त्यांना दिवसाचे २४ तास स्वातंत्र्य असल्यामुळे त्यांच्या शरीरास व्यायाम होतो. अशा सर्व कारणांमुळे जनावराची रोगप्रतिकारशक्ती वाढते. बंदिस्त गोठ्यात पाहिले तर जनावर आजारी पडण्याचे प्रमाण हे मुक्त संचार गोठ्याच्या तुलनेने फार असते. अशा बंदिस्त गोठ्यात एकाच जागेवर जनावरे मल-मूत्र विसर्जित करत असल्यामुळे त्या भागातून अमोनियाचे उत्सर्जनाचे प्रमाण फार मोठे असते व अशा अवस्थेत जनावरे ही जास्तीत जास्त ताण सहन करत असतात. नंतर बरेचदा थोडे जरी वातावरण व आहार बदलला तरी अशी जनावरे एकदम आजाराला बळी पडतात व त्यांचे दूध उत्पादन कमी होते. बंदिस्त गोठ्यात जनावरे कायम तणावाखाली असल्याने त्यांचा व्यायाम होत नाही. परिणामी, जनावराची जी उत्पादन क्षमता आहे, त्या प्रमाणात दूध उत्पादन मिळत नाही. याउलट मुक्त संचार गोठ्यात जनावरे आजारी पडण्याचे प्रमाण नगण्य असून बऱ्याच शेतकऱ्यांच्या प्रतिक्रिया अशा आहेत, की बंदिस्त गोठा असताना महिन्याला किंवा दोन महिन्यातून

आठवडे	दूध उत्पादन (किलो प्रति दिवस)		एकत्रित दूध उत्पादन (किलो/दिवस)	
	बंदिस्त गोठा व्यवस्थापन	मुक्त संचार गोठा व्यवस्थापन	बंदिस्त गोठा व्यवस्थापन	मुक्त संचार गोठा व्यवस्थापन
१	१५.९०±0.६४	१६.३२±0.८७	१५.४९±0.६८	१५.९८±0.८६
२	१५.४६±0.५८	१६.२०±0.८४	१५.०७±0.६८	१५.९२±0.८५
३	१५.१२±0.५९	१५.९४±0.८५	१४.७६±0.६६	१५.५८±0.८६
४	१४.७६±0.५९	१५.६८±0.८०	१४.४५±0.६७	१५.२८±0.७९
५	१४.२२±0.५८	१५.२९±0.७७	१३.९९±0.६५	१५.०४±0.७७
६	१४.००±0.५८	१५.०२±0.७६	१३.६८±0.६३	१४.६९±0.७५
७	१३.७५±0.६०	१४.८४±0.७८	१३.४२±0.६३	१४.६७±0.८०
८	१३.५६±0.६१	१४.६१±0.७६	१३.४१±0.६४	१४.५१±0.७९
९	१३.२३±0.५८	१४.३१±0.७५	१३.१३±0.६०	१४.३२±0.८०
१०	१२.९२±0.५८	१३.९८±0.७२	१२.८६±0.६२	१४.०६±0.७७
११	१२.५४±0.५८	१३.७५±0.७१	१२.५७±0.६०	१३.७७±0.७५
१२	१२.३४±0.५७	१३.३१±0.६५	१२.३३±0.५७	१३.४९±0.७७
१३	११.७२±0.६३	१२.९३±0.७६	११.८४±0.६५	१३.११±0.६९
सरासरी	१३.८०	१४.७८	१३.६२	१४.६५
एकूण	२.०९*		२.५९*	

स्रोत : मुंबई पशुवैद्यकीय संशोधन अहवाल परळ -२०११

एकदा कायम जनावरांस कशा नाकशा प्रकारच्या आजारासाठी डॉक्टरांना दाखवून इंजेक्शनची गरज भासायची, परंतु फायदेशीर अशा मुक्त संचार गोठ्याचा अवलंब केल्यापासून दोन-दोन तीन-तीन वर्षे इंजेक्शन द्यावयाचा प्रसंग येत नाही. बरेच शेतकरी म्हणतात, की आता डॉक्टरांना जनावरांच्या उपचारासाठी बोलवायचे ते विसरले. ही मुक्त संचार गोठ्यातील सर्वांत महत्त्वाची बाब आहे.

अशा प्रकारे मुक्त संचार गोठ्यात सर्व वातावरण चांगल्याप्रकारे देण्याचा प्रयत्न केलेला असतो. त्यांना हवे तेव्हा मनसोक्त शांत वातावरणात ते चारा खातात, पाहिजे त्यावेळेस म्हणजे तहान लागेल त्यावेळेस ते जवळच ठेवलेले थंडगार पाणी पितात. त्यानंतर त्यांच्या मर्जीनुसार आवडत्या जागेवर जाऊन, शांत ठिकाणी बसून आरामशीर रवंथ करतात. त्यांचा जास्तीत जास्त वेळ हा रवंथ करण्यात जातो त्यामुळे अन्नाचे पचनही चांगले होते तसेच त्यांचा व्यायामही होतो. कधी ते उन्हात तर कधी सावलीत बसू शकतात. या सर्व गोष्टींमुळे त्यांची उत्पादकता वाढते व एका जनावरापासून कमी खर्चात जास्तीत जास्त दूध उत्पादन मिळविता येऊ शकते.

शेतकऱ्यांच्या अहवालावरून मुक्त संचार गोठ्यामुळे जनावरांच्या दूध उत्पादनात साधारणपणे ५ ते १५% वाढ झाल्याचे दिसत आहे.

वरील तक्त्यातील अहवाल मुंबई पशुवैद्यकीय महाविद्यालयाचे डॉ. चौरे यांनी गोविंद डेअरीच्या कार्यक्षेत्रात बंदिस्त व मुक्त संचार गोठा पद्धतीत दूध उत्पादनावर कसा परिणाम होतो, याचा अभ्यास करून मांडलेला आहे. याबाबतचा त्यांचा प्रबंधही पूर्ण झाला आहे. यावरून असे दिसते की बंदिस्त गोठ्यात १३.६२ लिटर दूध देणारी गाय मुक्त संचार गोठा व्यवस्थापन पद्धतीने संगोपन केल्यास १४.६५ म्हणजे सरासरी १.०३ लिटर एवढे जास्त दूध देते. अशा प्रकारे मुक्त संचार गोठा पद्धतीने दूध उत्पादनात चांगली वाढ झाल्याचे दिसते.

२. दुधाची गुणवत्ता : बंदिस्त गोठा पद्धतीत जनावरांचे संगोपन करताना त्यांच्यावर त्या परिस्थितीचा होणाऱ्या परिणामांचा जास्त विचार केला जात नाही. फक्त आहार व दूध काढणे याकडे जास्त प्राधान्याने लक्ष दिले जाते. या पद्धतीत जनावरे चारा खातात व त्यांना आहे त्या पद्धतीतच राहावे लागत असल्याने त्याचा प्रत्यक्ष परिणाम हा दुधाच्या गुणवत्तेवर कायमस्वरूपी होत असतो.

बंदिस्त गोठ्यात चारा खाल्ल्यानंतर पाणी लगेच मिळत नाही. त्यामुळे अन्नाच्या चयापचयाची प्रक्रिया व्यवस्थित होत नाही. परिणामी, दुधाच्या गुणवत्तावाढीस आवश्यक घटक पुरेशा प्रमाणात न मिळाल्याने दुधाची गुणवत्ता मिळत नाही व आर्थिक नुकसान होते. याउलट मुक्त संचार गोठ्यात जनावरांना त्यांच्या आवडीप्रमाणे चारा मिळतो. तसेच मर्जीप्रमाणे पाणी मिळाल्याने त्यांच्या शरीरातील सामू व्यवस्थित ठेवला जातो. अशा परिस्थितीत पोटातील पित्ताची पातळी व्यवस्थितपणे नियंत्रित राहिल्याने पोटातील पचलेले अन्नघटक लहान आतड्यात जास्तीत जास्त प्रमाणात शोषले जातात व असे अन्नघटक नंतर दुधाच्या गुणवत्ता वाढीसाठी मदत करतात.

बंदिस्त गोठ्यात जनावरे ही एकाच जागेवर बसतात, तेथेच त्यांचे शेण व मूत्र टाकतात. अशा ठिकाणी शेण व मूत्र एकत्र आल्याने गोठ्यातील अमोनियाचे प्रमाण वाढते. अमोनिया जड असल्याने शक्यतो जमिनीबरोबर राहतो व त्याचा परिणाम हा २ ते २.५ फुटांपर्यंत चांगला जाणवतो. शक्यतो या उंचीपर्यंतच जनावराचे तोंड जास्त वेळ असते. त्यामुळे जनावरांना जास्त प्रादुर्भाव होतो.

याउलट, हा अमोनियाचा वास आपणास तितक्या तीव्रतेने येत नाही, कारण आपली उंची ही सर्वसाधारण ५ ते ६ फुटांच्या आसपास असते. यामुळे अमोनियाची व्यापकता आपल्या लक्षात तेवढी येत नाही. हा अमोनिया जनावरासांठी फार घातक असून यामुळे जनावराची रोगप्रतिकारक शक्ती कमी होते व त्यांच्यामध्ये एक प्रकारचा ताण निर्माण होतो. हा ताण मग जनावरांच्या शरीरात विविध प्रक्रिया व्यवस्थितपणे पार पडण्यासाठी जे नियमाप्रमाणे स्राव तयार होतात, त्यांच्यावर परिणाम करतो. यामुळे मग जनावरे माजावर न येणे, पान्हा वेळेवर न येणे तसेच अन्नपचन चांगले न होणे, दुधाची गुणवत्ता ढासळणे तसेच जनावरांच्या शरीरात वेगवेगळ्या प्रकारच्या अन्नघटकांच्या कमतरता करतात. याचा पुढचा परिणाम म्हणजे दुधाची गुणवत्ता हळूहळू कमी होते. परिणामी, आपली मानसिकता अशीच होते, की जनावर या मर्यादेपुढे दूध देऊ शकणार नाही.

याउलट मुक्त संचार गोठा पद्धतीत जनावरांना आनंदी ठेवण्याचा प्रयत्न असतो. जनावरांना त्यांच्या मर्जीनुसार राहता येते. त्यांना वाटेल त्या वेळेस ते चारा खाऊ शकतात, पाणी प्यावयाचे आहे त्या वेळेस पाणी पितात. प्रत्येक गोष्ट त्यांच्या मर्जीप्रमाणे करता येते. ही बाब सर्वांत महत्त्वाची आहे. जनावरांच्या अंगाला खाज आल्यास किंवा

अंग घासून घेण्याची इच्छा झाल्यास जनावरे या ग्रुमिंग ब्रशचा वापर करू शकतात. मुक्त संचार गोठ्यात जनावरांवरील ताण हा तीन पटींनी कमी झाल्याचे प्रयोगातून दिसले आहे. सर्व गोष्टी त्यांना त्यांच्या गरजेप्रमाणे करता येत असल्याने दुधाची गुणवत्ता चांगल्या प्रकारची दिसून येते.

जनावरे आनंदी असल्यामुळे आनंदी स्रावयुक्त दूध देतात. त्या दुधात ताणांच्या स्रावांचे प्रमाण कमी असते. त्यामुळे असे दूध प्यायल्याने आपण उत्साही व आनंदी राहतो. याउलट बंदिस्त गोठ्यातील जनावरे जास्त ताणयुक्त वातावरणात राहत असल्याने त्यांच्या रक्तात ताणांच्या स्रावांचे प्रमाण जास्त असते. त्यातील काही अंश दुधात येण्याची शक्यता असल्याने दुधात अशा प्रकारच्या स्रावांचे प्रमाण अधिक असू शकते.

जनावरे सतत अशा अवस्थेत असल्याने त्यांची रोगप्रतिकारशक्ती कमी होते व जनावरे वारंवार छोट्या - मोठ्या आजारांना बळी पडतात. यासाठी त्यांना वेगवेगळ्या प्रकारची प्रतिजैविके द्यावी लागतात व अशा प्रतिजैविकांचा अंश दुधात येण्याची शक्यता जास्त असते. ही फार गंभीर बाब असून त्याचे दूरगामी परिणाम मानवी आरोग्यावर दिसू शकतात. याउलट, मुक्त संचार गोठ्यात जनावरांचे आजारी पडण्याचे प्रमाण कमी झाल्याचे शेतकऱ्यांचे निरीक्षण आहे.

बंदिस्त गोठा व्यवस्थापनात जनावरे एकाच जागेवर मल-मूत्र विसर्जन करतात व त्याच जागेवर बसतात. गोठा छोटा असल्याने शेण बाजूच्या भिंती व इतर जागेवर सुद्धा पडते अशा जागेत गोचिडांची वाढ होते. या ठिकाणी गोचीड अंडी घालतात व प्रजननासाठी ते एका जागेवरून दुसरीकडे फिरत असतात. सर्वसाधारणपणे ८० ते ९०% गोचीड हे गोठ्यातील जमिनीत असतात तर फक्त १० ते २०% गोचिडी जनावरांच्या अंगावर असतात. अशा

पद्धतीच्या गोठ्यात जनावराची बसण्याची जागा एकच असल्यामुळे ते बाह्य परोपजीवी कीटकांचे भक्ष्य होऊन त्यांना गोचीड तापासारखे महाभयंकर आजार होऊ शकतात.

अशा प्रकारच्या बाह्य परोपजीवी कीटकांपासून जनावरांचे वारंवार संरक्षण करण्यासाठी बऱ्याच मोठ्या प्रमाणावर कीडनाशकांचा वापर करावा लागतो व अशा प्रकारच्या रासायनिक, घातक पदार्थांचा अंश जनावरांच्या अंगात व पर्यायाने दुधातही येतो. या उलट मुक्त संचार गोठ्यात जनावरांना बसायला भरपूर जागा असल्यामुळे ती शेणात न बसता स्वच्छ कोरड्या जागेत जाऊन बसतात. मुक्त संचार गोठ्यांमध्ये बाह्य परोपजीवी कीटाणूंच्या म्हणजेच गोचिडांच्या नियंत्रणासाठी कोंबड्यांचा प्रभावीपणे वापर होतो. कोंबड्या असे कीटक शोधून खात असतात. जनावरांच्या अंगावर अगदी डोळ्याजवळ असलेल्या गोचिडांनाही कोंबड्या वेचून वेचून खातात. काही कोंबड्या गोठ्यातील शेण विस्कटून त्यातून कीटक मिळवितात. कोंबडी पालनाने गोचीड नियंत्रणाचे महत्त्वाचे काम अगदी स्वस्तात होते. तसेच गोचीड नियंत्रणासाठी बरेच शेतकरी ईएम द्रावणाचाही वापर करतात. अशा प्रकारे जर बाह्य परोपजीवी कीटकच राहिले नाहीत तर त्यांच्या नियंत्रणासाठी घातक पदार्थ वापरण्याची वेळच येणार नाही, व त्यांचे अंश दुधात उतरण्याचा धोकाही राहणार नाही.

बंदिस्त व मुक्त संचार गोठ्यातील ताणांच्या स्रावांचा (Serum Cortisol) यांचे प्रमाण खालीलप्रमाणे -

गायींचा अनुक्रम	बंदिस्त गोठा (mcg/dl)	मुक्त संचार गोठा (mcg/dl)
B1	१.२३	०.४३
B2	१.३८	०.४९

वरील सर्व कारणांमुळे मुक्त संचार गोठ्याचा वापर फायदेशीर ठरतो. यामुळे जनावरांचे नुसते मांस व एसएनएफ वाढते असे नाही तर दुधाच्या घटकातही फायदेशीर बदल होतो. दुधात ताणाच्या स्रावांचे प्रमाण तीन पटींनी कमी होते हे वरील तक्त्यावरून लक्षात येईल. तसेच जनावर आनंदी राहिल्याने आनंदी स्राव, दुधातील आरोग्यासाठी आवश्यक घटकांचे प्रमाण (उदाहरणार्थ, ओमेगा-३ या फॅटी ऑसिडचे प्रमाण वाढते, जे हृदयाच्या आरोग्यासाठी आवश्यक आहे. दुधात येणाऱ्या प्रतिजैविके व कीटकनाशकांचे अंश यावर प्रतिबंध करता येतो. तसेच स्टेरॉईडचे दुधातील प्रमाणही माफक ठेवले जाते, असे बऱ्याच शेतकऱ्यांच्या व मुंबई पशुवैद्यकीय महाविद्यालयाच्या अभ्यासावरून दिसून येते.

३. खर्च व गुंतवणूक

दुग्धोत्पादनाच्या व्यवसायास सुरुवात करण्यासाठी पारंपरिक पद्धतीचा अभ्यास केला तर गुंतवणूक फार आहे. तसेच नव्याने या व्यवसायात येणाऱ्या व्यावसायिकांनाही फार गुंतवणूक करावी लागते. त्यातही आधुनिक पद्धतीचा गोठा करावयाचा असेल तर अधिकच गुंतवणूक करावी लागते. या उलट आपल्याकडील साधनसामग्रीचा वापर करून कमी खर्चात काम होते. तसेच अशा पथदर्शी प्रकल्पाची पुनरावृत्तीही झपाट्याने होते.

जनावरांना ज्या सोयी-सुविधा द्यावयाच्या आहेत त्या जर कमी खर्चात केल्या तर सुरुवातीची गुंतवणूक कमी होते व ज्या ठिकाणी कमी गुंतवणुकीत काम होऊ शकत नाही, त्या ठिकाणी आवश्यक खर्च करावा लागेल. जनावरांना निवाऱ्यासाठी आपल्याकडे बऱ्याच प्रकारची झाडे असतील तर या झाडांची सावली ही शेड म्हणून वापरू शकता.

कमी खर्चाचे कुंपण

निवारा : सर्वांत कमी खर्चाचा निवारा म्हणजे झाडाची सावली होय. बऱ्याच शेतकऱ्यांकडे चांगली मोठी झाडे असतात व त्यांची सावलीही घनदाट असते. अशा सावलीत जनावरांचे व्यवस्थितपणे उन्हापासून संरक्षण होऊ शकते. अशा सावलीत जनावरांना थंड वातावरणही मिळते.

दुसरा कमी खर्चाचा निवारा म्हणजे गवताचे किंवा शेतीतील वाया जाणाऱ्या वस्तूंपासून तयार केलेले कमी खर्चाचे छप्पर. अशा प्रकारच्या

कमी खर्चाची बारदानाची गव्हाण

कमी खर्चाचा ग्रुमिंग ब्रश

शेडसाठी लाकडाचा एक आराखडा तयार करून त्यावर गवताचे आच्छादन केले जाते. ही शेड कमी खर्चाची व जास्त फायदेशीरही असते. फक्त त्याच्या देखभालीचा खर्च जास्त असून देखभालीस वेळ द्यावा लागतो. असा आराखडा एकपाखी किंवा दोनपाखी प्रकारचा असतो.

कमी खर्चातील कुंपण :

कमी खर्चाचा मुक्त संचार गोठा करण्यासाठी कुंपण चांगले असणे महत्त्वाचे असते. कारण जनावरे नियंत्रणात ठेवण्याचे काम याद्वारे होते. सुरुवातीस आपल्याकडील साधनसामग्री वापरून कमी खर्चात कुंपण तयार होऊ शकते. शेतात वेगवेगळ्या प्रकारची लाकडे असतात, त्यांचा खांब म्हणून वापर करून छोट्या लाकडांचा आडव्या कुंपणासाठी उपयोग होऊ शकतो. बऱ्याच शेतकऱ्यांनी सुरुवातीस दोन किंवा तीन आडव्या ओळी लावून सुद्धा गोठ्याच्या कुंपणाचे काम यशस्वीपणे केले आहे. आपणाकडे बांबू असल्यास किंवा कमी खर्चात बांबू विकत आणले तरी कमी खर्चातील चांगले कुंपण होऊ शकते. जनावरे कुंपणाची मोडतोड करणार नाहीत याकडे लक्ष देणे गरजेचे ठरेल.

कमी गुंतवणुकीची गव्हाण :

सुरुवातीस गोठा करावयाचा म्हणजे जनावरांना चारा खाण्यासाठी काही ना काही व्यवस्था करणे आवश्यक आहे. त्यामध्ये अनेक पर्याय निघतात. आपणाकडे काही वेळेस शेतातील भाजीपाला बाजारात नेण्यासाठी जे प्लॅस्टिकचे क्रेट उपलब्ध असतात, अशा क्रेटचा वापर जनावरांना चारा खाण्यासाठी करता येऊ शकतो. ज्या ठिकाणी जनावर असेल त्या ठिकाणी क्रेट ठेवले जातात. काही शेतकऱ्यांकडे सिमेंटच्या छोट्या वर्तुळाकार गव्हाणी असतात, त्यांचाही ते व्यवस्थितपणे वापर करू शकतात.

जनावरांना व्यवस्थितपणे चारा खाता येईल व आपणासही चारा टाकता येईल असे उदाहरण म्हणजे बारदानाच्या पोत्यापासून अगदी चांगला आकार देऊन व्यवस्थितपणे शिऊन घेतलेली गव्हाण होय.

अशा प्रकारची कमी खर्चाची गव्हाण फार काळ टिकत नाही परंतु सहा महिने व्यवस्थित राहू शकते व त्यानंतर पुन्हा अशा प्रकारची गव्हाण तयार करता येऊ शकते. बऱ्याच शेतकऱ्यांनी लाकडाच्या फळ्या व्यवस्थित लावून गव्हाणी तयार केल्या आहेत आणि कित्येक वर्षे या गव्हाणी चांगल्या आहेत. आपणाकडे लाकडे वा घरात लाकडाच्या फळ्या उपलब्ध होऊ शकतात. अशा फळ्यांचा आधार घेऊन कमी खर्चाच्या गोठ्यास टिकाऊ गव्हाण तयार करता येऊ शकते.

कमी खर्चाचा ब्रश :

बंदिस्त गोठ्यात जनावरांना हालचाल करण्यास व डास गोचीड चावल्यास खाजवता येत नाही किंवा धार काढून झाल्यानंतर अंग घासावे वाटल्यास तशी सोय नसते. परंतु काही जास्त खर्चाच्या गोठ्यांत लाखो रुपये खर्च करून जनावरांना अंग घासण्यासाठी विद्युत यंत्रणेवर चालणाऱ्या मोठ्या ब्रशची सोय केलेली असते. परंतु इतका खर्च करण्याची गरज नाही. काही शेतकऱ्यांनी कमी खर्चात ब्रश तयार केला आहे. यामध्ये सर्वसाधारणपणे अर्धा ते एक फूट व्यासाचे लाकूड गोठ्यामध्ये उभे रोवून त्यास घासण्यास सोपे व्हावे म्हणून काथ्या किंवा त्यासारख्या वस्तू बांधल्यास जनावरांना अंग घासणे सोपे होते. लाखो रुपये खर्च करण्यापेक्षा शंभर रुपयात असा ब्रश तयार करता येऊ शकतो.

कमी खर्चातील पाणी व्यवस्थापन

मुक्त संचार गोठ्यात कायमस्वरूपी पाण्याची व्यवस्था करणे महत्त्वाचे आहे. पाण्याची व्यवस्था कमी खर्चात करावयाची असेल तर प्लॅस्टिकचे जुने बॅरेल किंवा प्लॅस्टिकचे छोटे ३५ लिटरचे कॅन कापून त्यामध्ये जनावरांना पिण्यास पाणी ठेवता येऊ शकते. पाणी नियंत्रित करणारा प्लॅस्टिक फुगा बसवून मुख्य टाकीमार्फत कायमस्वरूपी पाण्याची व्यवस्था करता येते. बरेच शेतकरी कमी खर्चात व जास्त फायदेशीर अशी सिमेंटची टाकी बसवतात. यात मडक्याप्रमाणे पाणी झिरपत असते व हे पाणी

(गट-अ) तसेच मुक्त संचार गोठा (गट-ब) व्यवस्थापन पद्धतीत सकाळी व सायंकाळी दर मिनिटास असणाऱ्या हृदयाच्या ठोक्याची माहिती.							
सकाळ				**सायंकाळ**			
गट-अ	**हृदयाचे ठोके**	**गट-ब**	**हृदयाचे ठोके**	**गट-अ**	**हृदयाचे ठोके**	**गट-ब**	**हृदयाचे ठोके**
A1	५९.१६±०.५४	B1	१६.१६±०.३०	A1	१९.१६±०.६०	B1	१८.८३±०.४०
A2	५९.६६±०.६१	B2	१५.६६±०.२१	A2	२०.६६±०.६६	B2	१७.६६±०.४२
A3	५८.६६±०.६६	B3	१६.३३±०.४२	A3	२०.५०±०.५०	B3	१८.००±०.७३
A4	५९.००±०.८५	B4	१६.००±०.४४	A4	२०.००±०.५१	B4	१९.००±०.३६
A5	५८.५०±०.६१	B5	१७.३३±०.३३	A5	२०.१६±०.४७	B5	१९.६६±०.६१
A6	६०.००±०.७३	B6	१५.८३±०.५४	A6	२१.००±०.४४	B6	१८.३३±०.५५
A7	६०.३३±०.६१	B7	१६.८३±०.४०	A7	२२.००±०.६८	B7	१८.५०±०.५०
A8	६०.६६±०.६६	B8	१६.५०±०.३४	A8	२१.३३±०.८४	B8	१८.६६±०.४९
सरासरी	५९.४९	सरासरी	१६.३३	सरासरी	२०.६०	सरासरी	१८.५८

या टाकीचा काही प्रमाणात बाहेरील भाग ओलसर ठेवते व या बाहेर आलेल्या पाण्याचे बाष्पीभवन होण्यासाठी आतील पाण्याच्या उष्णतेचा वापर केला जातो व यामुळे आतील पाणी थंड राहते. थंड पाणी उन्हाळ्यात जनावरांना आवश्यक असते. अशा प्रकारे प्लास्टिक बॅरेल तसेच प्लॅस्टिकचे लहान कॅन आणि लहान आकाराच्या सिमेंटच्या टाकीमार्फत जनावरांना कमीत कमी खर्चात तुम्ही पिण्याच्या पाण्याची सोय करू शकता. एक लिटर दूध तयार करण्यासाठी जनावराने ४ ते ५ लिटर पाणी पिणे आवश्यक असते. त्यामुळे जनावरे जास्तीत जास्त पाणी कसे पितील, याची काळजी घेतल्यास अधिक दूध उत्पादन मिळविता येईल.

जनावरांना आराम

जनावरांना जास्तीत जास्त आराम देणे आवश्यक असते. जनावरांना चार कप्प्याचे पोट असते त्यामुळे ती ज्यावेळी समोर चारा दिसेल तो पटकन खाऊन पोटाच्या पहिल्या कप्प्यात प्राथमिक स्वरुपात साठवून ठेवतात. चारा खाऊन झाल्यानंतर आवश्यक तेवढे पाणी पितात व त्यानंतर जास्तीत जास्त वेळ शांत जागेवर बसून रवंथ करतात. यावेळी घाईघाईने खाल्लेला चारा पुन्हा चावण्यासाठी ते तोंडात घेतात व शांत वातावरणात व्यवस्थितपणे चावून त्यात पचनासाठी लाळ मिसळून पोटाच्या पुढच्या कप्प्यात पाठवितात. जी जनावरे १० ते ११ तास रवंथ करतात, त्यांचे अन्नाचे पचन चांगले होते व त्यामुळे दुधाची गुणवत्ता व मात्राही जास्त येते.

दुसरे म्हणजे आपल्या जनावरांना आराम करण्यासाठी चांगल्या वातावरणाची गरज असते. कारण जनावरे कायमस्वरूपी अशा वातावरणात राहणार असल्याने त्यांना पोषक वातावरण मिळाले तरच त्यांचे आरोग्य चांगले राहते. बंदिस्त गोठ्यात जनावरे एकच जागेवर शेण व मूत्र टाकतात व अशाच जागेवर त्यांना बसावे लागते. दोन्ही बाजूंनी बांधून ठेवल्यामुळे त्यांना काही प्रमाणातच हालचाल करता येते. पर्याय नसल्याने त्यांना अशा जागेतच बसावे लागते. अशा अयोग्य वातावरणात त्यांना चांगला आराम मिळत नाही व जनावरांची रोगप्रतिकार शक्ती कमी होते. अशी जनावरे आजारांना वारंवार बळी पडतात व त्यांचे दूध देण्याचे प्रमाण कमी होते तसेच दुधाची गुणवत्ताही चांगली राहत नाही. बंदिस्त गोठ्यात

बंदिस्त गोठा (गट 'अ') व मुक्त संचार गोठा (गट 'ब') यामध्ये जनावरांचे उभे राहणे व आरामशीर बसण्याचे प्रमाण (मिनिटे/दिवस) यामध्ये चालणे व हालचाल करण्याची वेळ 'उभे' कालवधीत तर लोळणे व बसण्याचा कालावधी हा बसणे कालावधीत घेतला आहे.

गट-अ	मिनिटे / दिवस	गट-ब	मिनिटे / दिवस	ग्रुप- अ	मिनिटे / दिवस	ग्रुप- ब	मिनिटे / दिवस
A1	८२६.१४±२.४७	B1	८४०.५१±२.९८	A1	६१३.८६±२.४७	B1	५९९.४९±२.९८
A2	८१५.९१±३.५९	B2	८१२.३३±३.१९	A2	६२४.०९±३.५९	B2	६२७.६७±३.१९
A3	८२९.९९±१.८३	B3	८५३.३६±२.३१	A3	६१०.०१±१.८३	B3	५८६.६६±२.३१
A4	८३६.४२±२.०८	B4	८३८.९२±२.२०	A4	६०३.५८±२.०८	B4	६०१.०८±२.२०
A5	८३९.९७±२.३७	B5	८४५.६०±२.४२	A5	६००.०३±२.३७	B5	५९४.४०±२.४२
A6	८१४.७४±१.८९	B6	८३३.३४±२.३५	A6	६२५.२६±१.८९	B6	६०६.६४±२.३५
A7	८२०.५०±३.१९	B7	८०२.१६±४.१६	A7	६१९.५०±३.१९	B7	५९१.८४±४.१६
A8	८१८.२४±१.६३	B8	८२१.८१±३.६९	A8	६२१.७६±१.६३	B8	६१२.१९±३.६९
सरासरी	८२५.२४	सरासरी	८३७.५०	सरासरी	६१४.७६	सरासरी	६०२.५०

बराच भाग ओलसर राहतो व जनावराच्या वजनामुळे जनावर ज्या ठिकाणी जास्त वेळ असते, त्या ठिकाणी जमिनीला खड्डे पडतात. अशा ठिकाणी जमिनीचा काही भाग खाली जातो तर दुसरा कडक भाग वर येतो. अशा भागात जनावरे जास्तीत जास्त उभे राहणेच पसंद करतात व बसताना सुद्धा ज्या जागेत बसावयाचे आहे अशी जागा नक्कीच चांगली असेल ना, किंवा या जागी कुठला तरी अणकुचीदार पदार्थ किंवा वस्तू टोचणार तर नाही ना, याचा विचार जनावरे करत असतात. जनावरे बसण्यासाठी जेव्हा वेळ लावतात तेव्हा त्यांच्या मनात विचार चालू असतील की कुठे गेला माझा मालक मला अशा वातावरणात ठेवून? या सर्व प्रश्नांची उत्तरे आपणाकडे पाहिजेत.

याउलट, मुक्त संचार गोठ्यात जनावरांना एकच जागेवर बसायची किंवा उभे राहण्याची सक्ती नसते. इथे त्या गोठ्याच्या आवारात ज्या ठिकाणी चांगली जागा आहे त्या ठिकाणी जनावरे आरामशीर बसू शकतात. या पद्धतीच्या गोठ्यात जनावरांना जास्त जे आवडते ते देण्याचा प्रयत्न केलेला असतो. या पूर्वी असे बरेच प्रयोग केलेले आहेत की जनावरास जर सिमेंटचा पृष्ठभाग दिला व दुसरीकडे मऊ मातीदार मुरूम किंवा वाळूचा पृष्ठभाग दिला तर जनावरे कडक सिमेंटच्या पृष्ठभाग असलेल्या भागात जास्त न राहता मऊ मातीच्या पृष्ठभागात जास्त वेळ राहतात. याचा अर्थ असा होतो की जनावरांना मऊ पृष्ठभाग आवडतो. त्या पद्धतीचे नियोजन केल्यास जास्त फायदा होतो. मुक्त संचार गोठ्यामध्ये अशा प्रकारे जनावरांसाठी आराम मिळावा म्हणून पालापाचोळ्याचा एक पातळ थर लावला तर एक प्रकारची गादी तयार झाल्यासारखे लक्षात येते व त्यामुळे जनावरांना चांगला आराम मिळतो. या पद्धतीने अगदी कमीत कमी खर्चात जनावरास आराम देता येऊ शकतो तसेच या पाचटामुळे गोठ्यातील वातावरणही चांगले राहते. जनावरांचे शेण व मूत्र पाचटात मिसळल्याने पटकन वाळते व अमोनियाचा वास येत नाही. जनावरांची बसण्या-उठण्याची जागा एकदम कोरडी व स्वच्छ राहते, त्यामुळे जनावरांचे आजाराचे प्रमाण बऱ्यापैकी कमी होते व ते आनंदी राहून दुधाचे उत्पादन व दुधाची गुणवत्ता वाढण्यास मदत होते.

सर्वसाधारणपणे मुक्त संचार गोठा व्यवस्थापन पद्धतीत बंदिस्त गोठा व्यवस्थापन पद्धतीपेक्षा जनावर उभे राहणे, फिरणे किंवा हालचाल

सकाळी व सायंकाळी दोन्ही गोठा व्यवस्थापन पद्धतीने अभ्यासलेले सरासरी श्वासोच्छ्वास प्रमाण / मिनिट, गट अ - परंपरागत बंदिस्त गोठा पद्धत व गट ब - आधुनिक मुक्त संचार गोठा पद्धत							
सकाळ				सायंकाळ			
गट-अ	श्वास/मिनिट	गट-ब	श्वास/मिनिट	गट-अ	श्वास/मिनिट	गट-ब	श्वास/मिनिट
A1	१६.४०±०.४६	B1	१६.१६±०.३०	A1	१९.१६±०.६०	B1	१८.६३±०.४०
A2	१८.३३±०.६१	B2	१४.६६±०.२१	A2	२०.६६±०.६६	B2	१७.६६±०.४२
A3	१७.८३±०.५४	B3	१६.३३±०.४२	A3	२०.५०±०.५०	B3	१८.००±०.७३
A4	१७.००±०.३६	B4	१६.००±०.४४	A4	२०.००±०.४१	B4	१९.००±०.३६
A5	१७.५०±०.४२	B5	१७.३३±०.३३	A5	२०.१६±०.४७	B5	१९.६६±०.६१
A6	१७.६६±०.४२	B6	१४.८३±०.५४	A6	२१.००±०.४४	B6	१८.३३±०.५५
A7	१८.८३±०.४०	B7	१६.८३±०.४०	A7	२२.००±०.६८	B7	१८.५०±०.४०
A8	१८.००±०.७३	B8	१६.५०±०.३४	A8	२१.३३±०.८४	B8	१८.६६±०.४९
सरासरी	१७.७०	सरासरी	१६.३३	सरासरी	२०.६०	सरासरी	१८.५८

बंदिस्त गोठा (गट अ) व मुक्त संचार गोठा (गट ब) यामधील जनावरांच्या शरीराचे सकाळी व सायंकाळी अभ्यासलेले तापमान :

सकाळ				सायंकाळ			
गट-अ	तापमान	गट-ब	तापमान	गट-अ	तापमान	गट-ब	तापमान
A1	३७.६०±०.०७	B1	३७.४३±०.०९	A1	३८.३७±०.०९	B1	३८.०३±०.०८
A2	३७.७३±०.०९	B2	३७.५७±०.०८	A2	३८.६०±०.०७	B2	३८.१७±०.१३
A3	३७.९३±०.१४	B3	३७.७३±०.१३	A3	३८.७०±०.०८	B3	३८.२३±०.१३
A4	३७.७७±०.१२	B4	३७.५०±०.०८	A4	३८.६७±०.११	B4	३८.०७±०.१२
A5	३७.८३±०.०९	B5	३७.६७±०.१२	A5	३८.४३±०.१३	B5	३८.२०±०.१२
A6	३७.७०±०.०८	B6	३७.६३±०.०८	A6	३८.४०±०.१३	B6	३८.२७±०.०६
A7	३७.६०±०.११	B7	३७.६०±०.११	A7	३८.५७±०.१२	B7	३८.३०±०.१५
A8	३७.९७±०.१२	B8	३७.७०±०.११	A8	३८.७७±०.०६	B8	३८.३३±०.१४
सरासरी	३७.७९	सरासरी	३७.६०	सरासरी	३८.५८	सरासरी	३८.२०

करण्यासाठी बसण्यापेक्षा जास्त वेळ देत असते. वरील अभ्यासावरून असे दिसते की दिवसाच्या एकूण १४४० मिनिटांपैकी जनावरे जास्तीत जास्त वेळ म्हणजे सरासरी ८३७.५० मिनिटे वेळ हा उभे राहणे, हालचाल करणे व फिरण्यास देत असून उरलेला वेळ हा आराम करणे व बसण्यासाठी देत असते. यामुळे जनावराचा चांगला व्यायाम होऊन जनावर अधिक तंदुरुस्त राहते हे दिसते.

मुक्त संचार गोठा व्यवस्थापन पद्धतीत जनावरे शेडमध्ये किती वेळ असतात व बाहेरच्या जागेत किती वेळ असतात याबाबतची माहिती देणारा तक्ता.

मुक्त संचार गोठा	शेडमध्ये	शेडच्या बाहेर
B1	५४६.५०±६.१०	८९३.४९±६.१०
B2	५४१.१०±२.०९	८९८.८९±२.०९
B3	५६४.९९±३.३७	८७५.००±३.३७
B4	५२६.१४±५.७७	९१३.८५±५.७७
B5	५१२.३८±५.९४	९२७.६१±५.९४
B6	५४१.८२±५.४९	८९८.१७±५.४९
B7	५३४.७६±४.०५	९०५.२४±४.०५
B8	५२३.७२±२.७६	९१६.३१±२.७८
सरासरी	५३६.४२	९०३.५७

वरील उपलब्ध माहितीच्या आधारे आपणास समजते की एकूण वेळेच्या ३७% वेळ जनावर शेडमध्ये घालवते तर याउलट उरलेला वेळ म्हणजे ६३% वेळ शेडच्या बाहेरील जागेत घालवते. जनावराची चारा खाण्याची गव्हाण व पाणी पिण्याची जागा जरी आपण शेडमध्ये किंवा शेडच्या बाहेर ठेवली तरी वरील जागेत राहण्याच्या प्रमाणात फारसा फरक पडत नाही. बहुतांश जनावरे उन्हापासून संरक्षण मिळावे म्हणून दुपारच्या वेळेस जास्त शेडमध्ये राहणेच पसंद करतात.

आजारनियंत्रण

जोपर्यंत जनावरांमध्ये चांगल्या प्रकारची रोगप्रतिकारक शक्ती येत नाही, तोपर्यंत त्यांच्यापासून दूध देण्याच्या क्षमतेएवढे उत्पादन आपण घेऊ शकत नाही. हे दडलेले उत्पन्न कमी झालेल्या रोगप्रतिकारक शक्तीमध्ये किंवा आजारामध्ये खर्च होत असते. जनावराच्या आवश्यक गरजा वेळच्या वेळी पूर्ण

मुक्त संचार गोठा

कमी खर्चात तयार केलेली बारदानाची गव्हाण

केल्या तर जनावरावर वारंवार उपचार करण्याची गरज राहत नाही. जनावरास त्याच्या शरीराच्या गरजेप्रमाणे चारा किंवा आहार देणे गरजेचे आहे. आपणास माहीत आहे की आज पशुखाद्याचा खर्च जास्त आहे स्वस्त आहे तो चारा. असा चारा जनावरांना त्यांच्या गरजेप्रमाणे दिला व महागडे पशुखाद्य किंवा तर खाद्यपदार्थ माफक प्रमाणात दिले तर दुग्धोत्पादनाचा व्यवसाय फायद्याच्या दिशेने नक्कीच वाटचाल करील. जनावरांना त्यांच्या आरोग्यासाठी पाण्याची फार आवश्यकता आहे. कायमस्वरूपी पाणी उपलब्ध पाहिजे, गोठा स्वच्छ व साफ कोरडा असला पाहिजे तर आजाराचे प्रमाण बऱ्यापैकी कमी होऊ शकते. मुक्त संचार गोठा व्यवस्थापन पद्धतीमध्ये जनावरांची रोगप्रतिकारशक्ती चांगली असते हे पाहण्यासाठी बंदिस्त गोठा व्यवस्थापन व मुक्त संचार गोठा व्यवस्थापन या दोन्ही पद्धतींत जनावरांचे हृदयाचे ठोके, श्वासोच्छ्वासचे एका मिनिटाचे प्रमाण तसेच शरीराचे तापमान, यांचा अभ्यास केला असून त्या बाबतची माहिती पुढील तक्त्यात दिली आहे.

हृदयाचे ठोके : सर्वसाधारणपणे एका निरोगी जनावराचे हृदयाचे ठोके एका मिनिटास ४३ ते ६५ इतके असू शकतात व नाडीच्या ठोक्यांचे एका मिनिटाचे प्रमाण हे ४२ ते ६२ इतके असू शकते. खालील तक्त्यातील माहितीप्रमाणे असे दिसते, की बंदिस्त गोठ्यामध्ये जनावरांवर येत असलेल्या ताणामुळे हृदयाचे ठोके हे मुक्त संचार गोठ्याची तुलना केल्यास जास्त असतात. मुक्त संचार गोठ्यामध्ये हृदयाच्या ठोक्यांचे सकाळचे प्रमाण हे सर्वसाधारणपणे ५८.३३ ते ५९.०० व सायंकाळी हेच प्रमाण ६२.३३ ते ६३.०० या प्रमाणात आढळते. हेच प्रमाण बंदिस्त गोठ्यात जास्त आढळते.

श्वासोच्छ्वास प्रमाण : खालील तक्त्यात बंदिस्त गोठा व्यवस्थापन व मुक्त संचार व्यवस्थापन पद्धतीत जनावरांच्या श्वसनामध्ये कसा बदल होतो, ते दाखवले आहे.

वरील आकडेवारीवरून असे दिसते, की मुक्त संचार गोठ्यातील जनावरांमध्ये श्वासाचे प्रति मिनिट प्रमाण हे सर्वसाधारणपणे १५.६६ ते १७.३३ प्रति मिनिट असे असते तर तेच प्रमाण परंपरागत बंदिस्त गोठा व्यवस्थापन पद्धतीत १७.०० ते १८.८३ प्रति मिनिट इतके असते. यावरून असे दिसते, की मुक्त संचार गोठा व्यवस्थापन पद्धतीत जनावरांना जास्त आराम मिळतो, ताणांचे प्रमाण कमी असते त्यामुळे जनावराची रोगप्रतिकारशक्ती चांगली आहे, असे आपण म्हणू शकतो. सकाळी जनावराचा श्वसनाचा वेग प्रति मिनिट सरासरी २३.२३ असतो तर हाच वेग दुपारच्या वेळेस थोडासा वाढलेला आढळतो, म्हणजे तो २६.०३ प्रति मिनिट असा असतो.

जनावराच्या शरीराचे तापमान : खाली दिलेल्या तक्त्यात जनावरच्या शरीराचे तपमान गोठा व्यवस्थापन पद्धतीनुसार कसे असते, याची माहिती दिली आहे. या माहितीवरून असे दिसते की मुक्त संचार गोठा पद्धतीत असणाऱ्या जनावरांच्या शरीराचे तपमान हे पारंपरिक बंदिस्त गोठ्यामध्ये असणाऱ्या जनावरांच्या शरीरातील तपमानापेक्षा कमी असते. मुक्त संचार पद्धतीत सरासरी तापमान हे सकाळी ३७.६० डिग्री सेंटिग्रेड तर सायंकाळी ३८.२० डिग्री सेंटिग्रेड असल्याचे अभ्यासावरून दिसते. तर बंदिस्त गोठा व्यवस्थापनात जनावरांच्या शरीरावर काही प्रमाणात ताण असतो व त्यांना सतत येणाऱ्या अडचणींवर मात करण्यासाठी त्यांना सज्ज राखावे लागते त्यामुळे अशा गोठा व्यवस्थापन पद्धतीत जनावराच्या शरीराचे तपमान सकाळ ३७.७९ डिग्री सेंटिग्रेड व सायंकाळी ३८.५८ सेंटिग्रेड असते.

कायमस्वरूपी पाणी, चांगले पचन चांगले, चांगले आरोग्य : जनावराच्या आहारात वेळच्या

वेळी पाणी उपलब्ध असण्याला अनन्यसाधारण महत्त्व आहे. खाल्लेल्या आहाराचे योग्य प्रमाणात पचन व्हावे, शरीराचे आरोग्य चांगले रहावे, शरीरात पित्ताचे प्रमाण व्यवस्थितपणे राहावे. या अनेक कारणांसाठी योग्य वेळी पाणी आहारात असणे आवश्यक आहे.

बंदिस्त गोठा व्यवस्थापन पद्धतीत जनावरांना त्यांच्या गरजेनुसार पाणी पिता येत नाही. दूध उत्पादक आपल्या कामामधून वेळ काढून ज्यावेळेस त्या जनावरास पाणी दाखवेल, त्याच वेळी जनावरास पाणी उपलब्ध होते. अशा वेळेस त्या जनावरास तहान असो व नसो, त्यांना पाणी प्यावेच लागते. कारण त्यांना माहीत असते, की पुढच्या वेळेपर्यंत आपणास पाणी मिळणार नाही. त्यामुळे जे काही पाणी आता उपलब्ध आहे ते पिऊन घ्यावे. सर्वसाधारणपणे बंदिस्त गोठ्यात दोन वेळा किंवा उन्हाळ्यामध्ये दिवसातून जास्तीत जास्त तीन वेळा जनावरांना पाणी पिण्यास उपलब्ध केले जाते. हे पाणी पिण्यास उपलब्ध करण्याच्या वेळा या दूध उत्पादकाच्या वेळेनुसार असतात. त्यांना एखाद्या दिवशी जास्त महत्त्वाचे काम असले तर पाण्याच्या वेळेत बदल होतो. अशा परिस्थितीत पाणी मिळणार नाही म्हणूनही जनावरांना गरज नसतानाही प्यावे लागते व ज्यावेळेस शरीरातील महत्त्वाची चयापचयाची प्रक्रिया चालू असते अशा वेळेस थोड्या थोड्या प्रमाणात जनावरांना पाण्याची आवश्यकता असते. यामुळे अतिमहत्त्वाची रासायनिक द्रव्ये शरीरात शोषण्याची प्रक्रिया सोपी होत असते. अशा परिस्थितीत त्यांना त्यांच्या गरजेनुसार पाणी मिळणे आवश्यक असते. जनावराच्या शरीराचा सामू व्यवस्थितपणे राखण्याचे कामही हे वेळेवर मिळणारे पाणी करत असते, परंतु जर पाणी वेळेवर मिळाले नाही तर शरीरातील पित्ताची पातळी व्यवस्थित राहत नाही व अन्नाचे पचन चांगले होत नाही.

याउलट, मुक्त संचार गोठ्यातील जनावरे त्यांच्यासाठी असणाऱ्या सोयी घेण्यासाठी कायम स्वतंत्र असतात. अशा मुक्त संचार गोठ्यामध्ये जनावरांना दिवसभरात पाहिजे त्यावेळेस पिण्यास चांगले पाणी उपलब्ध राहील, याचे नियोजन केलेले असते. अशा गोठ्यात जनावरे चारा खातात, रवंथ करतात, विश्रांती घेतात व या दरम्यान त्यांना जेव्हा तहान लागेल, तेव्हा उपलब्ध पाणी पितात. यामुळे महत्त्वाचे म्हणजे वेळेवर व गरजेनुसार पाणी मिळते. त्यामुळे शरीरातील अन्नपचनासाठी आवश्यक असणारी चयापचयाची प्रक्रिया व्यवस्थितपणे पार पडते व जास्तीत जास्त घटक आहारातून शरीरात शोषले जातात. यामुळे जनावराची उत्पादनक्षमता वाढते व जनावराचे आरोग्य चांगले राहते. दूध व दूधाची गुणवत्ताही सुधारते. आहारातील जीवनसत्त्व व आवश्यक क्षार गरजेप्रमाणे उपलब्ध झाल्याने जनावराची रोगप्रतिकारशक्ती वाढते.

पारंपरिक व मुक्त संचार गोठ्यात

पारंपरिक गोठा	पाणी पिण्याचे प्रमाण (लि)	मुक्त संचार	पाणी पिण्याचे प्रमाण (लि)
A1	३८.५±०.७५	B1	३८.७±१.०१
A2	४१.०±१.०८	B2	४३.२±०.८८
A3	३७.६±१.३७	B3	४०.९±१.०७
A4	३४.०±१.०३	B4	४२.४±०.७९
A5	३९.०±०.९०	B5	३९.९±०.८५
A6	४०.२±१.१२	B6	४४.२±१.००
A7	३६.३±१.२५	B7	४१.७±१.०४
A8	३७.३±०.७७	B8	३७.७±१.००
सरासरी	३८.०३	सरासरी	४१.१२
t-value	२.७५*		

लाकडी खांब व बांबू वापरुन केलेले कुंपण

अशा गोठ्यात जनावरे दिवसभर व रात्रीसुद्धा पाणी पितात. उन्हाळ्याच्या दिवसात तर जनावरांना शरीराचे तापमान व्यवस्थित ठेवण्यासाठी पाण्याची फार आवश्यकता असते. अशा वेळेस कधी कधी जनावरे दिवसातून १२ ते १४ वेळा पाणी पितात. दूध उत्पादनासाठी स्वच्छ पाणी जनावरांना त्यांच्या गरजेप्रमाणे मिळणे फार महत्त्वाचे आहे. अशा पद्धतीने पाणी कायमस्वरूपी उपलब्ध असल्याने जनावराचे पाणी पिण्याचे प्रमाण वाढते. सर्वसाधारणपणे १ लिटर दूध उत्पादनासाठी गायीस ५ लिटर पाणी प्यावे लागते. त्यामुळे जर सर्व गरजा आपण पूर्ण केल्या आणि जर पाणी जर आपण पुरेपूर देऊ शकलो नाही तर त्याचा परिणाम आपणास जनावराच्या कार्यक्षमतेवर होतो, हे महत्त्वाचे आहे. आपण जर वरील तक्त्यात पाहिले तर बंदिस्त गोठयापेक्षा मुक्त संचार गोठा पद्धतीत जनावरे पाणी जास्त पितात. अशा पद्धतीने फायदेशीर दुग्धोत्पादनाचा व्यवसाय करण्यासाठी आपणास मुक्त संचार गोठा व्यवस्थापन पद्धती आवश्यक आहे.

गोचीड कमी - आजार कमी

बंदिस्त गोठा व्यवस्थापन पद्धतीत जनावरे कायमस्वरूपी एकाच जागेवर बांधलेली असल्यामुळे जनावरे तेथेच मल-मूत्र विसर्जन करतात. अशा ठिकाणचे वातावरण जीवजंतूंच्या तसेच कीटकांच्या वाढीसाठी पोषक असते. त्यामुळे तेथे जास्त प्रमाणात गोचिडांचा प्रादुर्भाव होऊ शकतो. अशा गोचिडांचे प्रमाण नियंत्रणाच्या बाहेर गेल्यानंतर जनावरास गोचीड - तापासारखे आजार होण्याची शक्यता दाट असते. या उलट मुक्त संचार गोठ्यामध्ये जनावरे मुक्त असल्यामुळे एकाच जागेवर बसत नाहीत, जमीन कोरडी असल्याने जीवजंतू वा गोचिडांचा त्रास जास्त होत नाही. आणि गोचीड असले तरी गोठ्यात सोडलेल्या कोंबड्या अशा प्रकारचे गोचीड व कीटक खाऊन टाकतात. त्यामुळे गोचीड व कीटकांवर नियंत्रण ठेवता येते. आणि गोचीड - तापासारख्या महाभयंकर आजारावर नियंत्रण आणता येते.

स्वच्छ गोठा - स्वच्छ जनावरे - कमी आजार

बंदिस्त गोठ्यात शेण व मूत्राच्या एकत्रिकरणातून जो अमोनिया वायू मुक्त होतो, त्यापासून जनावरांना फार त्रास होतो. हा अमोनिया शरीराच्या जास्तीत जास्त संपर्कात आल्याने जनावरांच्या आजाराचे प्रमाण वाढते तसेच एकसारखे शेणावर बसल्यामुळे त्यांचे अंग अस्वच्छ होते व

बंदिस्त गोठा व मुक्त संचार गोठा पद्धतीतील जनावरांचा रवंथ करण्याचा सरासरी कालावधी.			
बंदिस्त गोठा	रवंथ (मिनिटे/दिवस)	मुक्त संचार गोठा	रवंथ (मिनिटे/दिवस)
A1	५६४.८२±४.२६	B1	५८४.४८±६.११
A2	५३०.७३±३.७९	B2	५४२.२४±७.२६
A3	५६०.५३±४.०७	B3	६०७.७९±५.३९
A4	५८८.४९±३.७२	B4	५७९.८२±३.६९
A5	५४९.०८±४.१३	B5	५६३.८६±४.६९
A6	६०२.२७±४.१०	B6	५९४.००±३.०३
A7	५५५.११±२.६७	B7	६२०.९५±४.५४
A8	५७५.६९±२.१७	B8	५५२.९२±५.८९
सरासरी	५६५.८४	सरासरी	५८०.७६

त्यामुळे जनावरांना दगडी कासेचा आजार होतो.

कासेतून दुधात येणाऱ्या जंतूची वाढ झाल्यामुळे कमी होणाऱ्या दूध उत्पादनाचे प्रमाण		
अनु.	जंतू/ मिली	दूध उत्पादनातील तोटा (लिटर/दिवस)
१	५००००	०.०
२	१०००००	०.७००
३	२०००००	१.४००
४	४०००००	२.००
५	८०००००	२.७००
६	१६०००००	३.४००
जितके जास्त जंतू तितके कमी दूध उत्पादन		

याउलट मुक्त संचार गोठा पद्धतीत जनावरे मुक्त असल्याने, एकाच जागेवर न थांबल्याने शेण सर्व जागेवर पसरले जाते. कोंबड्या काही तरी खायला मिळेल म्हणून शेण विस्कटतात. विस्कटलेले शेण त्वरित वाळते व त्यामुळे गोठाही स्वच्छ राहतो व जनावरे अशा प्रकारच्या घाणीपासून मुक्त राहतात. या सर्व कारणांमुळे मुक्त संचार गोठ्यात जनावरे स्वच्छ राहतात. यामुळे आजारपणाचे प्रमाण जवळ जवळ ८० ते ९०% कमीच असते. त्यामुळे डॉक्टरांना जनावरांच्या उपचारासाठी नव्हे तर फक्त कृत्रिम रेतन, लसीकरण करण्यासाठी बोलवावे लागते.

वरीलप्रमाणे चारा, पाणी, गोचीड नियंत्रण, स्वच्छ गोठा या सर्व कारणाने मुक्त संचार गोठ्यातील जनावरांची रोगप्रतिकार शक्ती चांगली राहते व जनावरे रोगमुक्त राहण्यास मदत होते. तसेच जनावरे ही त्यांना पाहिजे त्या अवस्थेत राहण्यास पसंत करतात. त्यामुळे त्यांचा रवंथ चांगला होतो. या उलट बंदिस्त गोठा पद्धतीत जनावरांना एकाच जागेवर बसायचे अशी जागेत जागा चांगली नसली तर त्यांना त्या ठिकाणी बसावे लागत असल्याने

त्यांचे चांगला रवंथ करण्याकडे लक्ष नसते. बंदिस्त असल्याने डास चावले तरी त्यांना काहीही करता येत नाही. त्यामुळे त्यांचे लक्ष हे रवंथ करण्यापासून सारखे विचलित होत असते. त्यामुळे मुक्त संचार गोठा व्यवस्थापन पद्धतीत बंदिस्त गोठा पद्धतीपेक्षा जास्त वेळ रवंथ होत असतो, हे दिसते.

बंदिस्त गोठा व्यवस्थापन पद्धतीत जनावरांचा सरासरी रवंथ करण्याचा कालावधी हा ५३० ते ६०२ मिनिटे प्रति दिवस इतका असतो, तर हेच प्रमाण मुक्त संचार गोठा पद्धतीत एका दिवसात सर्वसाधारणपणे ५४२ ते ६२० इतके असते. वाढलेली रवंथ, जनावराचे आरोग्य, आहाराचे पचन व जनावरास आरामासाठी मिळणारा वेळ दर्शवित असते.

● **दोनच वेळा चारा टाकणे :**

बंदिस्त गोठ्यात जनावरांपुढे गव्हाणीत जेवढा चारा टाकला आहे तेवढाच ते खातात व नंतर दुपारी किंवा चारा संपल्यावर त्यांना चारा उपलब्ध होत नाही. काही जनावरांपुढे प्रमाणापेक्षा जास्त चारा असतो. याचे नियोजन करण्याचे आपले कामकाज वाढते. याउलट मुक्त संचार गोठ्यात गव्हाणीत एका ठिकाणी जरी जास्त चारा असला तरी अधूनमधून ज्या वेळेस जनावरांना भूक लागेल त्या प्रमाणे जास्त चारा असणाऱ्या ठिकाणी जाऊन ती चारा खातात. त्यामुळे गोठ्यात जाऊन चारा टाकण्याची किंवा इकडचा चारा तिकडे करण्याची कामे करावी लागत नाहीत. दिवसातून दोनदा चारा टाकला तरी जनावरे त्यांच्या गरजेप्रमाणे पाहिजे त्यावेळेस चारा खातात. हे या मुक्त संचार गोठा पद्धतीचे वैशिष्ट्य आहे.

● **पाणी पाजण्यास मनुष्यबळाची बचत :**

बंदिस्त गोठ्यात आपण आपल्या नियमाप्रमाणे व आपल्या सवडीप्रमाणे दिवसातून दोन वेळेस

सुधारित मुक्तसंचार गोठा

कमी खर्चाचा गोठा

किंवा जास्तीत जास्त तीन वेळेस जनावरांना पाणी उपलब्ध करतो. यासाठी दिवसातून दोनदा किंवा तीनदा आपले कामकाज सोडून पाणी उपलब्ध करून देण्यास यावे लागते. अशा वेळेस एकेका जनावराला दावणीपासून सोडून त्यांना पाणी असणाऱ्या ठिकाणी न्यावे लागेल किंवा दुसरी पद्धत म्हणजे जनावरे दावणीला असतानाच आपणास बादलीने एकेका जनावरास पाणी पाजावे लागते. या दोन्ही प्रक्रियेत फार कष्ट करावे लागतात अशा कष्टमय अवस्थेमुळे बरेचसे युवक या व्यवसायाकडे येत नाहीत.

याउलट मुक्त संचार गोठा व्यवस्थापन पद्धतीमध्ये या प्रकारचे कामकाज आपणास करावे लागत नाही. अशा ठिकाणी वेगवेगळ्या प्रकारे जनावरांना २४ तास पाणी उपलब्ध केले जाते. त्यामुळे जनावर त्याच्या मर्जीप्रमाणे पाहिजे त्या वेळेस पाणी पिते. आपण अशा ठिकाणी उपस्थित राहण्याची आवश्यकता नसते किंवा आपण ज्या ठिकाणी आपले काम करत आहेत त्या कामकाजात व्यत्यय येत नाही. अशा गोठ्यात आपण ज्या ठिकाणी पाणी पिण्याची सोय केलेली आहे, त्या ठिकाणी पाणी नियंत्रण करणारा प्लास्टिकचा फुगा बसवून मुख्य टाकीतून हा पाण्याचा साठा नियंत्रित केला येतो. अशा प्रकारे या ठिकाणी काही प्रमाणात नियोजन केल्यामुळे जनावरांना पाणी पाजण्यासाठी जे कष्ट आपणास घ्यावे लागतात, त्यापासून आपली मुक्तता होते.

जनावराची स्वच्छता वारंवार करावी लागत नाही

बंदिस्त गोठ्यामध्ये जनावरे एकाच ठिकाणी बांधून ठेवतात त्यामुळे जनावरे शेण व मूत्र त्याच ठिकाणी टाकतात व त्यामुळे जनावरे दररोज खराब होतात. असे शेण जनावरांच्या अंगाला लागल्याने जनावरे दिवसाआड किंवा दररोज धुवावी लागतात. अशा पद्धतीच्या कामकाजामुळे दररोज एका जनावरास सर्वसाधारणपणे १५ मिनिटे वेळ लागतो. याउलट,

मुक्त संचार गोठा पद्धतीत जनावरे मुक्त असल्याने अशी जनावरे खराब जागा असलेल्या ठिकाणी बसत नाहीत. ज्या ठिकाणी कोरडी जागा आहे अशा जागेवर बसण्यास ती प्राधान्य देतात. त्यामुळे महिनो न् महिने जनावरे धुतली नाहीत तरी चालते. त्यांना ग्रुमिंग करण्यासाठी ठिक ठिकाणी ब्रश लावलेले असतात. त्यामुळे त्यांना आवश्यक असणाऱ्या जागेवर ते स्वतःला घासून घेतात व अशा प्रकारे दररोज किंवा दिवसाआड जनावरे धुण्याच्या दुष्टचक्रातून दूध उत्पादकाची सुटका होते. आजकालच्या तरुण युवकांसाठी जनावरे धुणे हे काम कसेतरी वाटते. त्यांच्यासाठी ही बाब फार महत्त्वाची आहे. खाली दिलेल्या तक्त्यावरून आपल्या लगेच लक्षात येईल की बंदिस्त गोठ्यामध्ये जनावराचे स्वच्छता मूल्यांकन १.३२ असून मुक्त संचार गोठा पद्धतीत ०.६० इतके आहे. यावरून आपल्या असे लक्षात येते, की मुक्त संचार गोठ्यात जनावरे जास्त स्वच्छ असतात.

जनावराचा बंदिस्त व मुक्त संचार गोठा याम धील स्वच्छता मूल्यांकन

बंदिस्त गोठा	स्वच्छता मूल्यांकन	मुक्त संचार गोठा	स्वच्छता मूल्यांकन
A1	१.३८±०.०६	B1	०.३८±०.०६
A2	१.२५±०.०९	B2	०.७१±०.०८
A3	१.०८±०.०५	B3	०.४२±०.०५
A4	१.६३±०.०६	B4	०.२५±०.०६
A5	१.४२±०.०५	B5	०.७९±०.०८
A6	१.१३±०.०६	B6	१.००±०.०९
A7	१.१७±०.०५	B7	०.७५±०.०६
A8	१.५०±०.०६	B8	०.५०±०.०६
सरासरी	१.३२	सरासरी	०.६०

जनावरांचे आजारी पडण्याचे प्रमाण कमी - देखभाल कमी :

बंदिस्त गोठा व्यवस्थापन पद्धतीत जनावरे ही जास्त ताणाखाली असतात व गोठ्यामध्ये जास्त अस्वच्छता असते. तसेच जनावरांना वेळेवर पाणी पिण्याची सोयही नसल्याने या गोठ्यात जनावरे आजारी पडण्याची व आजार वारंवार उलटण्याचे प्रमाण जास्त असते. त्यामुळे अशा जनावरांच्या आजारांवर उपचार करणे, पशुवैद्यकांना बोलवणे, औषधे आणणे व सेव सुश्रूषा करण्यासाठी जास्त वेळ द्यावा लागतो. याउलट, मुक्त संचार गोठा पद्धतीत आपण अशा जनावरांना वातावरण चांगले देत असतो त्यामुळे अशा प्रकारच्या आजाराचे प्रमाण या गोठ्यात जवळ जवळ ७० - ८०% कमी असते व त्यामुळे आपणास हा वेळ लागत नाही व आपले कामकाज कमी होते, ही बाबही आज महत्त्वाची आहे.

जनावरांची सोडबांध कमी - काम कमी :

बऱ्याच वेळेला बंदिस्त गोठ्यात सकाळी जनावरांना कोवळे ऊन देण्यासाठी शेतकरी जनावरे बाहेर उन्हात बांधतात. व पुन्हा १० ते ११ वाजता उन्हाची तीव्रता वाढते, म्हणून पुन्हा गोठ्यात बांधतात. त्यानंतर पुन्हा सायंकाळी ऊन कमी झाले, की काही शेतकरी आपली जनावरे उन्हासाठी बाहेर बांधतात व संध्याकाळी पुन्हा शेडमध्ये बांधतात. या सर्व वेळेस जनावरे सोडणे व बांधणे यासाठी फार वेळ द्यावा लागतोच व कष्टाचे प्रमाणही वाढते. बऱ्याच वेळेस शेतकऱ्यास कधीकधी शेतातील काम सोडून अशा जनावरांना सोडण्या व बांधण्यासाठी यावे लागते व कधी वेळ मिळाला नाही तर जनावरांना उन्हात तळमळत आपल्या मालकाची वाट पाहत बसावे लागते. याउलट, मुक्त संचार गोठा व्यवस्थापन पद्धतीमध्ये जनावरेही मुक्तच असल्याने आपणास अशी सोडबांध करण्याची आवश्यकता नाही.

जनावरांना पाहिजे त्यावेळी म्हणजे सकाळी ती कोवळ्या उन्हात जाऊन बसतात. ऊन जास्त झाल्यानंतर ती शेडमध्ये किंवा झाडाच्या सावलीत जाऊन बसतात. दिवसभर अशा गोठ्यातील जनावरे पाहिजे त्या वेळी सावलीत व पाहिजे त्या वेळी उन्हात बसतात. अशाप्रकारे मुक्त संचार गोठ्यात आपले कामकाजाचे प्रमाण कमी होते.

ग्रुमिंग (खरारा) करण्याची गरज नाही

बंदिस्त गोठा पद्धतीमध्ये जनावरे एकाच जागेवर दोन्ही बाजूंनी दाव्याने बांधलेली असतात व यामुळे जनावरांना डास चावले किंवा इतर कारणाने अंगास खाजवण्याची गरज पडली तर ते जमत नाही, म्हणून बऱ्याच वेळेस आपण काथ्या किंवा ब्रशच्या साहाय्याने जनावरांना खरारा करतो. त्यामुळे जनावराच्या शरीरातील रक्तप्रवाह चांगला होतो. अशा पद्धतीच्या कामकाजासाठी आपणास वेळ द्यावा लागतो. याउलट, मुक्त संचार गोठा व्यवस्थापन पद्धतीमध्ये जनावरांना खरारा करण्यासाठी आपणास वेळ द्यावा लागत नाही व त्यासाठी जास्तीचे काम करणे टाळले जाते. या पद्धतीत गोठ्याच्या मध्यात लाकडी खांब उभा केला जातो. अशा खांबाजवळ जाऊन जनावरे स्वतःहून खरारा करून घेतात व आपले काम अशा पद्धतीने कमी होते.

जनावरे गाभण राहण्याचे प्रमाण

दुग्धोत्पादनाचा व्यवसाय फायदेशीर करत असताना वर्षाला एक वीत ही संकल्पना रुजविणे फार महत्त्वाचे आहे. कारण भाकड जनावरांना सांभाळण्याचा खर्च व्यवसायातील फायदा कमी करत असतो. बंदिस्त गोठा व्यवस्थापन पद्धतीत जनावरे एकाच जागेवर कायमस्वरूपी बांधून ठेवलेली असतात. या प्रकारात ती एक प्रकारच्या ताणाखाली असल्याने त्यांना नैसर्गिक वातावरण, पुरेसे अन्नघटक न मिळाल्याने किंवा म जाजिची लक्षणे व्यवस्थितपणे न समजल्याने जनावरांचे

पाणी पिण्यासाठी छोटी सिमेंट टाकी

सिमेंट काँक्रिट शिवाय मुरुम व मातीचा गोठा

गाभण राहण्याचे प्रमाण एकंदरीत कमी असते.

जनावरावर जास्त प्रमाणात ताण असेल, तर माज दाखवण्यासाठी आवश्यक असलेले हार्मोन्स वेळच्या वेळी तयार होत नाहीत व यामुळे जनावरे व्यवस्थितपणे माज दाखवत नाहीत की त्यांनी जरी माज दाखविला तरी पुढील कार्यप्रणाली नियमित होत नसल्याने जनावरांचे गाभण राहण्याचे प्रमाण अशा बंदिस्त गोठ्यात कमी असते. याउलट मुक्त संचार गोठ्यात ताणाचे प्रमाण कमी असल्याने शरीरातील बहुतेक हार्मोन्स वेळच्या वेळी निर्माण होतात. अशा वेळेस जनावर चांगला माज दाखवते. त्यामुळे माज लक्षात येतो व पुढील हार्मोन्सही नियमित तयार झाल्याने जनावरे गाभण राहण्याचे प्रमाण जास्त आढळते.

नैसर्गिक वातावरण :

बंदिस्त गोठ्यात जनावरांना नियमित दिनचर्येसाठी योग्य ते वातावरण मिळत नाही. कधी फार जास्त तापमान तर कधी फार कमी असे वातावरण त्यांना सहन करावे लागते. मुक्त संचार गोठ्यात वरीलपैकी सर्व गोष्टी मर्जीप्रमाणे मिळत असल्याने नैसर्गिक वातावरण महत्त्वाचे असते.

जनावराचे पोषण

बंदिस्त गोठा पद्धतीत जनावरांना दिलेले अन्न जास्त अंगी लागत नाही. पोषणासाठी अन्नाचे पचन चांगले होणे महत्त्वाचे असते, जे मुक्त संचार गोठा पद्धतीमध्ये योग्य प्रकारे होऊ शकते.

माजाची लक्षणे

बंदिस्त गोठ्यात जनावरांच्या माजाची लक्षणे ओळखण्यासाठी वेळच्या वेळी गोठ्यात जाऊन जनावरे पाहणे आवश्यक असते. परंतु बऱ्याचदा असे होत नाही व माज लक्षात न आल्याने योग्य वेळी कृत्रिम रेतन करता येत नाही व त्यामुळे जनावरे

गाभण राहण्याचे प्रमाण कमी असते. याउलट मुक्त संचार गोठा पद्धतीत जनावरे रिकामीच असल्याने माजावर आल्यावर दंगा करतात. त्यामुळे लांबूनही कोणती गाय माजावर आली आहे हे कळते. पहिल्या दिवशी ही गाय दुसऱ्या गायीवर उड्या मारते तर दुसऱ्या दिवशी ती उभी असते, परंतु दुसऱ्या गायी या गायीवर उड्या मारायचा प्रयत्न करतात. ही जनावरास कृत्रिम रेतन करण्याची योग्य वेळ असते. मुक्त संचार गोठ्यात माजाची लक्षणे लवकर समजल्याने वेळीच कृत्रिम रेतन करणे शक्य होते व जनावराच्या गाभण राहण्याच्या प्रमाणात वाढ झाल्याचे दिसून येते.

आहारावरील खर्च

जनावरांच्या आहारावर ६० ते ७०% खर्च होतो. खाल्लेल्या आहाराच्या पचनासाठी योग्य वातावरण तयार केल्यास जनावर कायम निरोगी राहून कमीत कमी आहारात जास्तीत जास्त फायदा कसा देईल, याचा संपूर्ण अभ्यास केला जातो. यामुळे बऱ्याच आजारांवर आहाराचा व्यवस्थितपणे उपयोग करून नियंत्रण केले जाते.

चारा व्यवस्थापन :

बंदिस्त गोठा पद्धतीत काही जनावरे चारा कमी खातात. त्यामुळे त्यांच्यापुढे चारा शिल्लक राहतो. चारा वाया जाऊन खर्च वाढतो. याउलट, काही जनावरांना चारा आवश्यक असतो. पण त्यांना बांधलेले असल्यामुळे खाता येत नाही व यामुळे अशा जनावराची क्षमता असून सुद्धा ते कमी दूध देतात. अशा प्रकारे दुहेरी नुकसान होते. मुक्त संचार गोठा पद्धतीमध्ये जनावरे मुक्त असल्याने आवश्यक त्या प्रमाणात चारा ती आवश्यक त्यावेळी खातात. ज्या ठिकाणी चारा शिल्लक आहे त्या ठिकाणी इतर जनावरे जातात व चारा खातात. त्यामुळे चारा वाया जात नाही. चारा खाताना तहान लागल्यावर त्यांना पाणी पिता येते. त्यामुळे त्यांच्या शरीरातील चयापचयाची

प्रक्रिया व्यवस्थितपणे पार पडते. परिणामी कमी आहारात चांगले दूध उत्पादन मिळते. मुंबई पशुवैद्यक महाविद्यालयाने यावर एक प्रबंध प्रसिद्ध केला असून त्यांच्या अहवालानुसार जे जनावर बंदिस्त गोठ्यात ३३.३१ किलो आहार खाऊन जेवढे दूध उत्पादन देतात, तीच जनावरे मुक्त संचार गोठा पद्धतीत ३१.३७ किलो आहारातच जास्त दूध उत्पादन देतात. या पद्धतीच्या गोठा व्यवस्थापन पद्धतीत जनावरांच्या आहाराचे दुधात रूपांतर करण्याचे प्रमाण हे जास्त आहे, हे यावरून दिसून येते.

बंदिस्त व मुक्त संचार गोठ्यात दैनंदिन सरासरी खाल्लेला हिरवा आणि वाळका चारा.			
बंदिस्त गोठा	चारा (किलो / दिवस)	मुक्त संचार गोठा	चारा (किलो / दिवस)
A1	३१.७५±०.६८	B1	२९.१२±०.५८
A2	३५.५०±०.३२	B2	३३.५६±०.४०
A3	३४.६८±०.४४	B3	३१.५०±०.४६
A4	३१.२५±०.४६	B4	३२.७५±०.३८
A5	३२.६८±०.७३	B5	३०.०६±०.५७
A6	३३.७५±०.३७	B6	३३.६८±०.५७
A7	३२.५०±०.५६	B7	३२.००±०.४८
A8	३४.३७±०.४१	B8	२८.३१±०.५३
सरासरी	३३.३१	सरासरी	३१.३७
t-value	2.17*		

पाण्याचे नियोजन :

बंदिस्त गोठा व्यवस्थापन पद्धतीत जनावरांनी चारा खाल्ल्यानंतर पाणी प्यायले नाही तर शरीरातील चयापचयाची प्रक्रिया व्यवस्थितपणे पार पडत नाही. त्यामुळे शरीराचा सामू कमी होऊन जनावरांना पित्त होते घटकांचे जे आहारातील मौल्यवान शोषण होत नाही व ते शेणातून बाहेर टाकले जातात. परिणामी, आपणास आवश्यकतेनुसार उत्पादन मिळत नाही. सर्वसाधारणपणे १ लिटर दूध तयार करण्यासाठी गायीस ५ लिटर पाणी प्यावे लागते. म्हणजे अशा

जास्त उत्पन्न देणाऱ्या जनावरांना जास्त व वेळच्या वेळी पाण्याची आवश्यकता असते.

मुक्त संचार गोठा व्यवस्थापन पद्धतीत जनावरांना त्यांच्या इच्छेप्रमाणे पाणी पिण्याची सोय केलेली असते. अशी जनावरे चारा खाताना किंवा रवंथ करताना अशा कोणत्याही वेळी त्यांना तहान लागल्यास आवश्यक तेवढे पाणी पिऊ शकतात. त्यामुळे आहाराचे चांगले पचन होऊन चांगले दूध उत्पादन मिळते व जनावराचे आरोग्यही चांगले राहते.

खत व्यवस्थापन

बंदिस्त गोठा पद्धतीत जनावरांचे शेण सायंकाळी व सकाळी उकिरड्यावर टाकावे लागते. अशा कामकाजास मनुष्यबळ आवश्यक असते, शिवाय असे शेणाचे काम करण्यास बहुतेक ठिकाणी कामगार मिळत नाहीत. या उलट मुक्त संचार गोठा पद्धतीत मोकळ्या जागेत पाचट टाकलेले असते. अशा जागेत शेण, मुतारी, पालापाचोळा यांच्या मिश्रणातून एक प्रकारचे दर्जेदार खत तयार होते. यामध्ये जिवाणू असल्याने त्याचा शेणासारखा उग्र वास येत नाही. एक प्रकारचे चांगले जिवाणूयुक्त, सेंद्रिय खत तयार होते. जनावरांच्या पायाने व कोंबड्यांच्या पायाने पसरविल्यामुळे पावडरसारखे चांगले खत तयार होते.

गोमूत्रयुक्त शेणखत

गोमूत्राचा वापर करून रोगराईचे निवारण करणारे बरेच शेतकरी आहेत. त्यांनी गोमूत्र एकत्र गोळा करून शेतात टाकण्यासाठी बराच खर्च केलेला असतो. मुक्त संचार गोठ्यात गोमूत्र शोषले जाते व चांगले खत म्हणून वापरता येते. आपल्याकडे १० जनावरे असतील तर दररोज १२ लिटर प्रमाणे दररोज सव्वाशे लिटरच्या आसपास व महिन्याला ३६०० लिटर गोमूत्र मुक्त संचार गोठ्यातील खताच्या

माध्यमातून शेतीस मिळू शकते व त्यासाठी खास असे काही कष्ट घेण्याचीही आवश्यकता नाही. प्रत्येक जनावराच्या मागे उभे राहून गोमूत्र गोळा करण्याचीही गरज नाही.

पाण्याची बचत करणारे खत

मुक्त संचार गोठा पद्धतीत खत हे शेण, मूत्र, पालापाचोळा व उपयुक्त अशा जिवाणूंपासून तयार होते. यामधील उपयुक्त जिवाणू योग्य वातावरण मिळाल्यास झपाट्याने वाढतात. जिवाणूंचे वैशिष्ट्य म्हणजे ते त्यांच्या वाढीसाठी चांगले वातावरण शोधत असतात. त्यांच्या वाढीसाठी दमट हवामान आवश्यक असते. त्यामुळे पहाटे-पहाटे पडणारे दंव किंवा थंड वेळी हवेतील पाणी जमिनीवर बसते. हे जमिनीवर बसलेले पाणी जिवाणू शोषून घेतात व त्याचा वापर पिकांच्या वाढीस होतो. असे बऱ्याच वेळा आढळले आहे, की ज्या शेतीसाठी मुक्त संचार गोठ्यातील जिवाणूयुक्त खताचा वापर वर्षानुवर्षे चालू आहे, अशा जमिनींची पाण्याची गरज जवळपास २५% कमी झालेली आहे. अशा

जमिनी पाण्याचा ताण सहन करतात. त्यामुळे आपण असेही म्हणू शकतो, की ज्या ठिकाणी मुक्त संचार गोठ्यातील खताचा वापर चालू आहे, त्या ठिकाणी आपण पाण्याची बचत करू शकतो. यासाठी मुक्त संचार गोठा फार उपयोगी आहे. यामध्ये तयार होणारे जिवाणूयुक्त शेणखत हे पिकांची पाण्याची गरज कमी करू शकणार आहे.

भूगर्भात पाण्याचा साठा वाढवणारे खत

मुक्त संचार गोठ्यातील वेगवेगळ्या प्रकारचे जिवाणू असतात. हे जिवाणू जमीन भुसभुशीत करतात. जमिनीत उपलब्ध असणाऱ्या पालापाचोळ्यावर प्रक्रिया करून हवेतील आर्द्रता शोषून घेऊन साठवून ठेवतात. योग्य वातावरण मिळताच या जंतूंची झपाट्याने वाढ होते. सर्वसाधारणपणे २५ ते ३० डिग्री सेंटिग्रेड तापमानात अशा जिवाणूंची वाढ दर २० मिनिटांत दुप्पट या प्रमाणात होते. जमिनीतील जिवाणूंची संख्या जितकी वाढेल, तेवढ्या प्रमाणात जमिनीची पाणी ग्रहण करण्याची क्षमता वाढते. कारण अशा जिवाणूंची वाढ होत असताना उत्पन्न होणारा

मुक्त संचार गोठ्यातील पावडरसारखे जिवाणूयुक्त खत

वायू जमिनीतच सोडला जातो. त्यामुळे जमीन भुसभुशीत होते. अशी भुसभुशीत जमीन मिळणारे पाणी जास्तीत जास्त प्रमाणात शोषून घेते व जमिनीत मुरवते. यामुळे जमिनीतील पाण्याची पातळी वाढते.

पावडरसारखे खत

मुक्त संचार गोठ्यात जनावरे मुक्त असल्याने शेण विस्कटण्याचे काम फार चांगल्या पद्धतीने करतात. त्यामुळे अशा शेणाची पावडर लवकर होण्यास मदत होते. हे पावडरसारखे खत असल्याने आपण हे पोत्यात भरून ठेवू शकतो. याला कोणत्याही प्रकारची घाण किंवा उग्र वास येत नाही. यात उपयुक्त जिवाणू असल्यामुळे या खतास आंबूस वास येतो. हे खत तुम्ही जितके जास्त दिवस पोत्यात बांधून ठेवाल, तेवढी त्यातील उपयुक्त जिवाणूची संख्या वाढते व त्या खताची गुणवत्ताही वाढते. त्यातील सेंद्रिय कर्ब वाढण्यास मदत होते. तसेच हे खत पावडरसारखे असल्याने शेतामध्ये पसरवण्यासाठी सोपे जाते. सर्वांत महत्त्वाची बाब म्हणजे असे शेणखत हे मातीत पटकन विरघळते किंवा मिसळते. आणि अशा खताचा उपयोगही जास्त प्रमाणात शेतीला होतो. अशा पावडरयुक्त खताचा जास्तीत जास्त भाग हा शेतीस कसा उपयुक्त ठरतो, हे खाली दिलेल्या तक्त्यावरून लक्षात येईल.

मुक्त संचार गोठ्यात टाकलेल्या मातीत नत्र, स्फुरद व पालाश यामध्ये होणारी वाढ.

घटक	सुरुवातीस	शेवटी
नत्र (%)	७.२३	१६.५४
स्फुरद (कि./हेक्टर)	२०.९८	२३.६२
पालाश (कि./हेक्टर)	२७८६	४२१०

- खतातील जिवाणू चांगले वातावरण मिळाल्यानंतर दर २० मिनिटांस दुप्पट होतात. त्यामुळे शेतातील उपयुक्त जिवाणूंची संख्या वाढते. हे

जिवाणू आजूबाजूच्या पालापाचोळ्याचे खतात रुपांतर करण्याचे काम करतात. अशा पद्धतीने हे जिवाणू जमिनीतील सेंद्रिय कर्ब वाढवण्याचे काम अहोरात्र करत असतात.

- जरी पावसाने ताण दिला किंवा पाण्याच्या पाळीला उशीर झाला तरी ज्या शेतात नियमितपणे मुक्त संचार गोठ्यातील जैविक खताचा वापर चालू आहे, अशा शेतातील पिकांना पाण्याचा ताण बसत नाही.

- जिवाणू असलेले खत हे दुसऱ्या अनावश्यक जिवाणूंची वाढ रोखते त्यामुळे रोग व किडींवर सुद्धा या खताचा प्रभाव पडतो. झाडाची रोगप्रतिकारशक्ती वाढते. रोगराईचे प्रमाण बऱ्यापैकी कमी येते.

- जमीन भुसभुसीत झाल्याने अशा खतामुळे पांढऱ्या मुळ्यांची संख्या वाढते व अशा झाडाची जमिनीतून अन्न शोषून घेण्याची क्षमता वाढून जास्तीत जास्त उत्पादन मिळते.

गोचीड नियंत्रण

बंदिस्त गोठ्यातील वातावरण हे गोचिडांची वाढ होण्यास पोषक असते. अशा वातावरणात

ई एम द्रावण - जिवाणू खतासाठी उपयुक्त

गोचिडींना लपण्यासाठी व प्रजननासाठी योग्य पद्धतीचे वातावरण मिळते. त्यांची वाढ अधिक होते. जनावराच्या अंगावर गोचिडींची संख्या वाढली व त्यांच्यामार्फत रक्त शोषण चालू झाले तरी त्यांना अंग खाजवता येत नाही. जनावरे शेणाने भरल्याने जनावराच्या अंगावर असणारे गोचीड एक प्रकारचे हार्मोन सोडतात व त्याच्या साहाय्याने इतर गोचीडसुद्धा या जनावराच्या संपर्कात येतात. अशा पद्धतीने नर व मादी गोचीड एकत्र आल्याने प्रजनन होऊन मोठ्या प्रमाणात ते अंडी घालतात. अशा पद्धतीने गोचिडांची संख्या गोठ्यात वाढतच जाते.

उपयुक्त जिवाणूंचा (ईएम) वापर

बऱ्याच गोठ्यात अशा उपयुक्त जिवाणूचा वापर केलेला असतो. असे उपयुक्त जिवाणू गोठ्यातील वास बंद करतात. अशा वेळी जनावराच्या अंगावर असणाऱ्या गोचिडींमार्फत सोडण्यात आलेल्या फेरोमोन्सचा वास या इतर भागांतील गोचिडांना येत नाही व नंतर ते अन्नावाचून मरतात. तसेच प्रजननासाठी इतर गोचीड उपलब्ध न झाल्याने असणारे गोचीडही मरतात आणि अशा प्रकारे ज्या गोठ्यात ईएम वापरले जाते, त्या ठिकाणी गोचीड नियंत्रित होतात. यासाठी दर १० ते १५ दिवसांनी १% द्रावण गोठ्यात फवारल्यास चांगला फायदा होतो.

कोंबडी (जैविक नियंत्रण)

मुक्त संचार गोठ्यात मोठ्या प्रमाणात पालापाचोळा व शेण इतरत्र पडलेले असते व अशा ठिकाणी कोंबड्या सोडल्यास त्या गोठ्यातील गोचीड तसेच जनावराच्या अंगावर असणारे गोचीडही वेचून खातात. त्यामुळे गोचीड नियंत्रण होण्यास चांगली मदत होते.

• कोंबड्यांपासून उत्पन्न

मुक्त संचार गोठ्यात कोंबड्याच्या माध्यमातून गोचीड नियंत्रण व शेण विस्कटण्याचा फायदा लक्षात आल्याबरोबर बऱ्याच शेतकऱ्यांनी गोठ्यात ५० ते १०० कोंबड्या ठेवल्याने दररोज कमीत कमी ४०% अंडी मिळायला लागली. या अंड्यांच्या विक्रीमधून घरचा खर्च भागू लागला. व्यवसायाचा नफा वाढण्यास यातून एक प्रकारची मदत झाली. वर्षाच्या अखेरीस पाहिले तर कोंबड्यांच्या विक्रीतूनही चांगले उत्पन्न मिळाले.

सेंद्रिय दूध उत्पादन

सेंद्रिय दूध उत्पादन करताना जनावरांना नैसर्गिक वातावरणात ठेवणे अनिवार्य असते. अशा वातावरणात जनावरे नैसर्गिक पद्धतीने दूध देतात. सेंद्रिय दूध उत्पादनासाठी आपणास मुक्त संचार गोठा संकल्पनेचा विचार करावा लागेल. यात जनावरे आरोग्यपूर्ण वातावरणात पोसली जात असल्यामुळे अशी जनावरे आनंदी असतात, म्हणूनच या गोठा संकल्पनेस ''आनंदी गायींचा आनंदी गोठा'' असेही म्हटले जाते.

• आनंदी गायी : सेंद्रिय दूध उत्पादनात नैसर्गिक स्वरूपाचे दूध उत्पन्न होणे अपेक्षित आहे. यामधील जनावरे ही नैसर्गिक पद्धतीने सांभाळली गेली पाहिजेत. तसेच, अशा गायींना त्यांच्या सर्व नैसर्गिक गरजा म्हणजे विश्रांती, भूक, तहान यासाठी सर्व साधने वेळेवर व आवश्यकतेनुसार मिळणे आवश्यक आहेत. त्यामुळेच गायी नैसर्गिक दूध देऊ शकतील.

• स्वच्छ गोठा : सेंद्रिय दूध उत्पादन घेत असताना गोठाही सर्वतोपरी स्वच्छ व आजार उत्पन्न

करणारा नसावा. जनावरांना जास्तीत जास्त आराम मिळेल त्या पद्धतीचा गोठा असावा. मुक्त संचार गोठा व्यवस्थापनात या गोष्टींचा प्राधान्याने विचार केलेला आहे.

- जनावरांचे आरोग्य : मुक्त संचार गोठा व्यवस्थापनात जनावरे आजारी पडण्याचे प्रमाण अगदी नगण्य आहे. त्यामुळे घातक प्रतिजैविकांचे अंश दुधात येण्याची शक्यता फार कमी असते. त्यामुळे अशा गोठ्यातून निरोगी गायींचे दूध जास्त प्रमाणात मिळते.

- सेंद्रिय चारा : मुक्त संचार गोठ्यात दुप्पट खत मिळते व ते चांगल्या दर्जाचे असते. त्यामुळे शेतीत या सेंद्रिय खताचा वापर सातत्याने होत असल्यामुळे पिकाची रोगप्रतिकारक शक्ती चांगली असते. त्यामुळे पिकांसाठी रसायनांचा वापर होत नाही. या चाऱ्यातून सेंद्रिय दूध निर्मिती होते.

श्री. धनाजी जाधव दर्जेदार खत दाखवताना

९. मुक्त संचार गोठ्याच्या मर्यादा

मुक्त संचार गोठा व्यवस्थापन पद्धतीतील सर्व फायदे आपण पाहिले. परंतु याकडे वळण्याचा शेतकऱ्यांचा कल हा त्या प्रमाणात कमी आहे. मुक्त संचार गोठ्यात सुद्धा महत्त्वाच्या अडचणी आहेत, त्या म्हणजे उपलब्ध जागा, जनावरांमधील भांडखोरपणा व पावसाळा. यावर उपाय शोधला तर फारशा समस्या येत नाहीत.

● जागा

बंदिस्त गोठा व्यवस्थापन पद्धतीत एका जनावरास साधारणपणे ६० स्क्वेअर फूट एवढी जागा दिली जाते. परंतु मुक्त संचार गोठा पद्धतीत चार पट एवढी म्हणजे एका जनावरास २५० ते ३०० स्क्वेअर फूट जागा लागते. बऱ्याच शेतकऱ्यांकडे जागाच कमी असते. म्हणून मुक्त संचार गोठा ते करू शकत नाहीत.

बंदिस्त गोठा व मुक्त संचार यांच्यामधील नफ्याचा विचार केला तर अशा जागेत गुंतवणूक करणे कधीही फायद्याचे असते.

● भांडखोर जनावरे

बंदिस्त गोठ्यामध्ये कित्येक जनावरे एकसारखी बांधून ठेवलेली असतात. त्यांना मुक्त संचार गोठ्यात सोडले तर सुरुवातीला ती एकमेकांना मारण्याचा प्रयत्न करतात. तसेच काही जनावरांना दूर शांत बसलेल्या किंवा उभ्या असलेल्या जनावरांना मारणे किंवा सतत त्रास होण्याची सवय असते. सतत बांधून ठेवलेली जनावरे मोकळी सोडल्यास फार दंगा करतात. सारखे इकडे तिकडे पळतात. परंतु २ ते ४ तासाने शांत होतात. बहुतांश जनावरे एका आठवड्यात पूर्ण शांत होतात. परंतु काही एकमेकांना मारतच असतात अशा वेळेस पुढील प्रमाणे काही गोष्टी उपयोगी ठरतात.

■ यातील पहिली गोष्ट म्हणजे मारणारी जनावरे असतील तर मुक्त संचार गोठ्यासाठी थोडी जागा जास्त घ्यावी, जेणेकरून जनावरांची घनता कमी असेल व ते एकमेकांपासून लांब व शांत राहू शकतील.

■ वरील पर्याय वापरूनही काही जनावरे मारतच

असतील तर त्यांचा पुढचा पाय व वेसण याला पायखुटी घालतात. त्यामुळे अशा जनावरास दुसऱ्या जनावरास मारण्यासाठी मान वर करता येत नाही. हळूहळू त्यांना याची सवय होते. काही दिवसांनी पायाला बांधलेले सोडून दिले तरी चालते. अशी पायखुटी घालताना जी जनावरे कमी मारणारी आहेत, त्यांना जास्त लांबीची तर जी जास्त मारणारी असतात त्यांना कमी लांबीची पायखुटी घालणे आवश्यक असते.

● पर्जन्यमान

जास्त पर्जन्यमान असणाऱ्या भागात खालीलप्रमाणे बदल करणे आवश्यक आहेत.

■ पर्जन्यमान जास्त असणाऱ्या भागात गोठा व कुंपणास असा उतार द्यावा, की जेणेकरून पाऊस कितीही जोरदार पडला तरी पाण्याचा निचरा काही मिनिटांत झाला पाहिजे. मुरुमाचा चांगला उतार जर दिला तर जनावरे पाऊस आल्यावर शेडमध्ये जातात परंतु पाऊस पडून गेल्यावर पाच मिनिटांत जनावरे बाहेर येतात. अशा गोठ्यात कोठेही पाणी साचणार नाही, याची काळजी घेणे आवश्यक आहे.

■ उन्हाळा व हिवाळा - पाऊस नसल्यामुळे आपण जनावरांना आराम मिळण्यासाठी पालापाचोळा टाकू शकतो. पावसाच्या कालावधीत सर्व शेण उचलून घ्यावे व पालापाचोळा सुद्धा टाकू नये. उन्हाळ्यात पालापाचोळा टाकला व अंधाररून पाऊस आला, अशा वेळेस मुक्त संचार गोठ्यात चिखल होण्याची शक्यता असते. विशेष म्हणजे अशा चिखलात नंतर अळ्या सुद्धा होण्याची शक्यता असते. त्यासाठी गोठ्यात नियमित उपयुक्त द्रावणाचा फवारा असावा.

■ पावसाळ्याच्या दिवसात शेण दररोज किंवा दोन दिवसातून एकदा तरी उचलावे. कारण ओलसरपणा असल्यामुळे शेण वाळत नाही व जनावरे फिरल्याने त्यांच्या पायाने चिखल होण्याची शक्यता असते.

■ चिखल झाला तर अशा ठिकाणी १% उपयुक्त जिवाणूंचे द्रावण (ई एम) फवारावे, जेणेकरून आजार उत्पन्न करणाऱ्या जंतूंची वाढ रोखली जाईल. दगडी कासेच्या आजाराचे प्रगाण, जे जास्त अशा अस्वच्छ वातावरणामुळे होते, त्यावर अशा पद्धतीचा वापर केल्यामुळे नियंत्रण आणता येईल.

१०. मुक्त संचार गोठा प्रशिक्षण व संशोधन केंद्रे

ब्याच शेतकऱ्यांनी आता मुक्त संचार गोठा संकल्पना राबविण्यास व त्याचा फायदा घेण्यास सुरुवात केली आहे. याचा प्रसार करण्यासाठी सुरुवातीस फार अडचणी येत होत्या. शेतकऱ्यांची मानसिकताच लक्षात येत नव्हती. त्यांना प्रशिक्षण दिले व चांगले मोठे मुक्त संचार गोठे दाखविले तरी शेतकरी पुढचे पाऊल टाकत नव्हते. नंतर श्री. दादा पवार राजळे यांच्या संपर्कात आल्याने एक कमी खर्चातच साधा मुक्त संचार गोठा करावयाचे ठरले. कारण मोठ्या मुक्त संचार गोठ्यासाठी लागणारी गुंतवणूक त्यांच्याकडे नव्हती. त्यामुळे कमी खर्चात त्यांनी मुक्त संचार गोठा केला व नंतर आम्ही सर्व प्रशिक्षणे अशा यशस्वी शेतकऱ्याच्या गोठ्यातच घेण्याचे ठरविले. याला चांगला प्रतिसाद मिळाला. शेतकऱ्याला शेतकऱ्याची भाषा जास्त समजते असे लक्षात आले. त्यानंतर 'गोविंद' ची प्रशिक्षण केंद्रे चालू केली. यासाठी वेगवेगळ्या विषयांसाठी ४-५ यशस्वी शेतकऱ्यांच्या गोठ्यांवर त्या त्या विषयाची प्रशिक्षण केंद्रे तयार केली व आजवर हजारो शेतकऱ्यांनी या प्रशिक्षण केंद्रावरील प्रशिक्षणाचा लाभ घेतला. त्यांचे कमी खर्चाचे मुक्त संचार गोठेही तयार केले. पैकी श्री. दादा पवार, राजळे, श्री. हिरालाल सस्ते, निंबळक, श्री. अनिलकाका निंबाळकर, विंचुर्णी व श्री. बाळासाहेब जाधव, आदर्की, यांनी अशी प्रशिक्षण केंद्रे सुरू केली आहेत. यामध्ये प्रशिक्षणाबरोबरच येणाऱ्या नवीनवीन अडचणींवर मार्ग काढण्यासाठी संशोधनाचेही काम चालू केले आहे. त्यामुळे यापुढे मुरघास, अझोला, हायड्रोपोनिक पद्धतीने चारा उत्पादन इ. सारख्या बऱ्याच गोष्टींवर काम होऊन कमी खर्चात व जास्त फायदेशीर योजना पुढे आल्या.

यशस्वी शेतकरी स्वतःचे प्रशिक्षण केंद्र चालवताना

११. यशोगाथा

राजळे येथील श्री. दादा पवार, निंबळकमधील श्री. हिरालाल सस्ते, विंचुर्णी येथील श्री. अनिलकाका निंबाळकर व आदर्कीमधील श्री. बाळासाहेब जाधव यांनी अशी प्रशिक्षण केंद्रे सुरू केली आहेत. प्रशिक्षणाबरोबर येणाऱ्या नवीन अडचणींवर मार्ग काढण्यासाठी संशोधनाचेही काम येथे सुरू केले आहे. त्यामुळे यापुढे मुरघास, अझोला, हायड्रोपोनिक पद्धतीने चारा उत्पादन यांसारख्या बऱ्याच गोष्टींवर काम होऊन कमी खर्चात व जास्त फायदेशीर योजना पुढे आल्या आहेत.

● दुग्धोत्पादनात अग्रेसर

पदवीधर झाल्यानंतर श्री. दादा पवार त्यांनी गावातील पतसंस्थेमध्ये नोकरी करण्यास सुरुवात केली. परंतु त्यात त्यांचे मन रमत नव्हते. त्यांचा वडिलोपार्जित व्यवसाय होता शेतीचा. त्यावेळी त्यांचा धाकटा भाऊ शिक्षण घेत होता आणि वडील शेती करत होते. नोकरी करता करता दादांनी वडिलांना शेतीत मदत करायला सुरूवात केली. शेतीकामात हळूहळू त्यांचा चांगला जम बसला. परंतु, पावसाचा लहरीपणा व शेतीमालाचे कमी जास्त होणारे दर पाहता दादांनी दुग्धोत्पादनाचा व्यवसाय सुरू करण्याचा निर्णय घेतला. अगोदर त्यांच्याकडे एक गाय व कालवड होती. पण त्यांची टक्केवारी कमी असल्याने मिळणारे दूध जेमतेमच होते. मग दादांनी पैशांची जमवाजमव करून जास्त दूध देणारी गाय घेतली. या निर्णयाने त्यांच्या व्यवसायाला कलाटणी

श्री. दादा पवार यांचा पहिला मुक्त संचार गोठा

श्री. दादा पवार यांचा सुधारित मुक्तसंचार गोठा

मिळाली. जवळ पुरेसे भांडवल नसल्याने आहेत त्याच गायींच्या कालवडी वाढवत त्यांनी गोठ्यातील दुभत्या जनावरांची संख्या वाढवली. ते नेहमी म्हणत, की गाय विकत घेताना ती चांगलीच असावी, असे आपल्याला वाटते. पण दुसऱ्या बाजूने विचार केला तर हे ही लक्षात येते, की गोठ्यातली चांगली गाय कोणीच विकणार नाही. त्यांना नको असलेली गायच शेतकरी विकणार आणि तीच आपण आपल्या गोठ्यात आणणार. वर आपण म्हणणार, की आम्ही चांगली गाय विकत आणली. हा विरोधाभास आहे. म्हणून आपल्या गोठ्यातच चांगल्या गुणवत्तेची वीर्यमात्रा वापरून व त्यांचे चांगले संगोपन करून दर्जेदार गायी तयार करणे महत्त्वाचे आहे. या गोष्टींवर ठाम विश्वास असल्याने त्यांनी पैशांकडे न पाहता चांगल्या गुणवत्तेच्या वीर्यमात्रेचा वापर करून चांगल्या वंशावळीची गोपैदास करण्यास सुरुवात केली. त्या बरोबर त्यांनी कालवडीची जोपासना चांगल्याप्रकारे केली. त्यामुळे कालवर्डींना वंशावळीनुसार आलेले गुण दाखविण्यास मदत झाली. अशा पद्धतीने श्री.

दादा पवार यांनी १० ते १२ जनावरांचा गोठा तयार केला.

गोठ्यामध्ये नेहमी नवीन तंत्रज्ञान राबविण्यासाठी दादा अग्रेसर असतात. जनावरांची संख्या हळूहळू वाढणार, आपणास जास्त काम करावे लागणार, हे त्यांना ठाऊक होते. कामासाठी बाहेरून मजूर घ्यावे म्हंटले तर शेणाच्या व्यवसायामुळे तसेच कारखान्यात नोकरी मिळत असल्याने व तिला प्रतिष्ठा असल्याने या कामासाठी भविष्यात मजूर मिळणार नाहीत, हा अंदाज घेऊन दादांनी मुक्तसंचार गोठा तयार करायचे निश्चित केले. गोविंद डेअरीच्या सहलीत त्यांनी मोठमोठे व जास्त गुंतवणुकीचे मुक्तसंचार गोठे पाहिले होते. पण अशा प्रकारचा गोठा करायचा तर पुन्हा भांडवलाचा प्रश्न भेडसावू लागला. गोविंद डेअरीच्या अधिकाऱ्यांच्या संपर्कात आल्यानंतर त्यांना माहिती मिळाली, की कमी खर्चात म्हणजे त्यांच्याकडे उपलब्ध असणाऱ्या साधनसामग्रीच्या आधारे मुक्तसंचार गोठा तयार करता येऊ शकेल. त्यांनी आठ दिवसांत मुक्तसंचार गोठा तयार करण्याचा

श्री. दादा पवार यांचा ३० सुधारित गार्यांचा गोठा

निर्णय घेतला. त्यांच्याकडे बर्‍याच प्रमाणत जुनी लाकडे, बांबू तसेच इंधन विहिरीचे जुने पाईप पडलेले होते. त्यांनी त्यांच्या जुन्या शेडसमोर दर आठ फुटांवर पाच फूट जमिनीच्या वर राहतील, अशा पद्धतीने लाकडाचे खांब उभारले. या खांबांना बांबू व जुन्या पाईपच्या आडव्या चार ओळी करून त्यांनी भक्कम कुंपण तयार केले. दुसर्‍या बाजूस सिमेंटच्या टाकीत जनावरांना पिण्यासाठी पाणी ठेवले. दुसर्‍या दिवसापासून या कुंपण केलेल्या गोठ्यात जनावरे मोकळी सोडून दिली. सोडून दिलेल्या जनावरांनी आधी जोरात दंगा केला. मिळालेल्या स्वातंत्र्याचा ते मनमुराद आनंद घेत होते. इकडून तिकडे उड्या मारत होते. असे करताना कधी कधी एकमेकांबरोबर झुंजही झाली. पण त्यावेळी हातात काठी घेऊन दादा स्वत: गोठ्यात उभे राहिले. त्यामुळे जनावरांवर नियंत्रण मिळवता आले व दोन तासांनंतर जनावरे काही प्रमाणात शांत झाली. त्यांना त्यांच्या स्वातंत्र्याची खात्री पटल्याने ती त्यांच्या मर्जीप्रमाणे चारा खाऊ लागली. तहान लागल्यावर पाणी पिऊ लागली. दादांनी आठवडाभर शेणच काढले नाही. पूर्वी

जनावरे दिवसाआड धुवावी लागत होती. आता ती चांगल्या, स्वच्छ जागेवर बसत असल्याने त्यांना महिनाभर धुतले नाही, तरी फरक पडत नव्हता. या सर्व बदलामुळे कामकाजाच्या पद्धतीत आमूलाग्र बदल झाला. सुरुवातीला आजूबाजूच्या लोकांनी दादांना जनावरे गोठ्यात सुटी सोडण्यास विरोध केला. परंतु नंतर फायदे लक्षात आल्याने हळूहळू अशा कमी खर्चाच्या गोठ्यांचा प्रसार होण्यास सुरुवात झाली.

१० जनावरांच्या गोठ्याला कुंपण व दरवाजा करण्यास साधारणपणे ३३०० रूपये खर्च आला. परंतु मुक्त संचार पद्धतीतून तयार केलेल्या गोठ्यामुळे दोन महिन्यांतच त्यांना त्यांच्या गुंतवणुकीचा परतावा मिळाला. त्यानंतर फायद्याचे प्रमाण वाढतच गेले. कामाचे प्रमाण कमी झाल्याने त्यांनी गार्यांची संख्या वाढवून दूध व्यवसाय वाढविण्याचा निर्णय घेतला. जनावरे वाढली, काम कमी झाले आणि फायदाही वाढला. कालांतराने आडवे लावलेले बांबू काही ठिकाणी मोडू लागले व त्यातून जनावरे बाहेर येण्याची शक्यता निर्माण झाली. भक्कम कुंपण तयार करण्यासाठी

त्यांनी नियोजन केले. कमी खर्चातील मुक्त संचार गोठ्यामुळे त्यांची आर्थिक व मानसिक परिस्थिती चांगली सुधारल्यामुळे त्यांनी लोखंडी जाळी लावून मुक्त संचार गोठ्याची दोन वर्षात पुनउभारणी केली. सोबत दिलेल्या तक्त्यातून दिसेल, की आपण ज्याप्रमाणे श्री. दादा पवार यांनी परंपरागत व्यासाय पद्धतीत कालानुरूप बदल केल्यामुळे आज ते व्यवसाय वाढवू शकले. कमी खर्चात व कमी कष्टात आपण फायदेशीर दुग्धोत्पादनाचा व्यवसाय करू शकतो, हे त्यांनी दाखवून दिले आहे.

नाव : दादा पवार राजळे			
तपशील	बंदिस्त	मुक्त संचार एक महिना	मुक्त संचार दोन वर्ष
जनावरे (गायी)	९	९	१५
दूध उपादन	६८	७९	१६०
कामाचे तास	६	३	४
औषध खर्च	८००/महिना	२००	४००
आजाराचे प्रमाण	तीनवेळा/आठवडा	कमी	फार कमी
आहार खर्च/लि	११.००	१०.२५	१०.००
मुक्त संचार खर्च	०	रु ४०००	००
गाभण राहण्याचे प्रमाण	३५%	---	५५ ते ६०%
शेतकयाची मानसिकता	पर्यायी व्यवसाय	व्यवसाय	मुख्य व्यवसाय
प्रति-महिना जास्त आवक		३३०० प्रति महिना	

दररोज शेण काढणे, दिवसाआड गोठा व जनावरे धुणे ही कामे कमी झाली असली तरी चारा कापून आणण्याचे मोठे जिकिरीचे काम दादांना दररोज करावे लागत होते. यासाठी मजूर मिळत नाहीत व मिळाले तरी त्यांच्या सुट्ट्यांमुळे कधी कधी

मालकावर कामाचा ताण येतो. दररोज चारा न आणता तीन चार महिन्यांचा चारा एकदम कापून त्याचा मुरघास करून ठेवला तर आपणास नक्कीच फायदा होईल, असे दादांना वाटले. म्हणून त्यांनी जमिनीत खड्डा करून प्लॅस्टिक कागद पसरला व २० टन चाऱ्याचा मुरघास केला. त्यामुळे चाऱ्यासाठीची रोजची भटकंती थांबली. त्यानंतर त्यांनी वेगवेगळ्या प्रकारे मुरघास तयार केले.

गोठ्यातील गोचीड नियंत्रणसाठी दादांनी देशी कोंबड्याचे पालन मुक्त संचार गोठ्यात सुरू केले. त्यामुळे बराच फायदा झाला. शेण विस्कटणे, गोचीड खाणे याबरोबरच अंडी व कोंबड्यांची वाढती संख्या यातून अतिरिक्त फायदा मिळू लागला. पशुसंगोपनात फायद्याचे प्रमाण वाढू लागले. त्यानंतर लाकडी ब्रश, धार काढण्याचे मशीनही दादांनी घेतले. ईएम द्रावणाचा वापर चालू केला, तापमान वाढले तर ते नियंत्रित करण्यासाठी स्वयंचलित तापमान नियंत्रक बसवला. या सर्व गोष्टींचा वापर केल्याने दादांची दूध व्यवसायाची आवड अधिकच वाढली. त्यामुळे त्यांनी ३० गायींचा समावेश असलेल्या मुक्त संचार गोठ्याचे नियोजन केले. गोठ्याशेजारीच अद्यायावत बंगला बांधण्याचा संकल्प करून सहा महिन्यांत दादांनी घर आणि गोठ्याचे काम पूर्ण केले.

मुंबई दूरदर्शनने त्यांच्या कामाची दखल घेऊन त्यांच्या यशोगाथेचे प्रसारण केले. अनेक दैनिकांमधूनही त्यांच्या या कामाचे कौतुक झाले आहे. या प्रसिद्धीमुळे राज्यातील तसेच राज्याबाहेरील व विदेशातीलही दहा हजारांपेक्षा जास्त शेतकऱ्यांनी दादा पवार यांच्या मुक्त संचार गोठ्यास भेट दिली आहे व श्री. दादा पवार यांच्याकडून मार्गदर्शन घेतले आहे. दादांनी अनेक ठिकाणी कमी खर्चातील मुक्त संचार गोठा या विषयावर प्रशिक्षणही दिले आहे.

● सेंद्रिय खतनिर्मितीतून व्यवसायिक पशुपालन

श्री. धनाजी जोतीराम जाधव उर्फ बाळासाहेब जाधव यांची १५ एकर एवढी वडिलोपार्जित जमीन आहे. सातारा रस्त्यावर फलटण शहरापासून २४ किमी अंतरावर आदर्की हे त्यांचे गाव. बऱ्याच वर्षापासून त्यांची जिरायती शेती होती. धोम बलकवडी योजनेतील पाण्यामुळे त्यांची शेती आता बागायती होत आहे. ही नुकती सुरूवात असून पुरेशा पाण्याअभावी आजही बरीचशी शेती जिरायती आहे. त्यामुळे बाळासाहेबांनी इतर शेतकऱ्यांप्रमाणे दूध व्यवसाय हा शेती पूरक व्यवसाय निवडला आहे. ते नेहमीच नवनवीन तंत्रज्ञानाची माहिती घेतात व नव्या तंत्रज्ञानाचा प्रयोग आधी स्वतःच्या शेतीवर/ गोठ्यात करतात. तो कसा फायदेशीर आहे हे इतर लोकांना दाखवून स्वतःबरोबरच इतरांचे राहणीमान उंचावण्याचा त्यांचा नेहमीच प्रयत्न असतो.

त्यांच्या एकूण १५ एकर शेतीपैकी पाच एकर जमीन त्यांनी चाऱ्यासाठी ठेवली आहे. यामध्ये १ एकर डीएचएन-६ या वाणाचे संकरित गवत तर उर्वरित चार एकर क्षेत्रात आलटून पालटून मका या चारा पिकाचे उत्पादन घेतले जाते. त्यांच्याकडे बंदिस्त गोठा पद्धतीत २० ते २५ गायींचा समावेश

होता. मजुरांचा अभाव व गायींच्या आजारपणाचे प्रमाण जास्त असल्याने त्यांना हा व्यवसाय अडचणीचा वाटत होता.

कालांतराने गोविंद डेअरीच्या संपर्कात आल्याने त्यांनी मुक्त संचार गोठा व्यवस्थापन पद्धतीचा अवलंब करण्याचे ठरवले. त्यांनी त्यांच्या गायींसाठी शेतात भल्यामोठ्या पिंपळाच्या झाडाखाली एकपाखी पद्धतीचा गोठा केला. गोठ्यात कमी खर्चाच्या लाकडांच्या फळ्या वापरून जनावरांना चारा खाण्यासाठी गव्हाण केली. अशा गोठ्यास ६० फूट रुंद व गोठाच्या लांबीनुसार १२५ फूट लांब अशया प्रकारचे लाकडी कुंपण केले. यात प्रत्येक आठ फुटांवर एक खांब व अशा खांबांना आडवे चार बांबू किंवा लाकडाच्या फळ्या लावण्यात आल्या. झाड मध्येच असल्याने जनावरांना नैसर्गिक सावलीही झाली गोठ्याच्या विरुद्ध बाजूस पाणी पिण्यासाठी सिमेंटची टाकी बांधली. जनावरांना पायाखाली टाकलेला मुरुम व दगड लागू नये त्यांना आराम शीर बसता यावे, यासाठी शेतातील वाया जाणारे पाचट टाकले. अशाप्रकारे कमी खर्चात आहे त्या गोठ्याचा वापर करूनच फायदेशीर मुक्त संचार गोठा

श्री. धनाजी जाधव आपल्या जनावरांसोबत

तयार करून श्री. जाधव यांनी त्या गोठ्यात गायींना मोकळे सोडले. आजवर त्यांना मोठी अडचण होती ती मजुरांची आणि गायींच्या आजारपणाची. या दोन्ही अडचणींवर त्यांनी मुक्त संचार गोठा पद्धतीचा अवलंब करून मात मिळवली. मुक्त संचार गोठ्यात पाचट टाकल्याने त्यात जनावरांचे शेणमूत मिसळून पावडरसारखे खत तयार होत होते. त्यामुळे दोन - दोन महिने शेण काढणे व जनावरांना धुणे, अशी कामेच नव्हती. त्यामुळे आता मजुरांचा महत्त्वाचा प्रश्न सुटला होता. जनावरांना पाहिजे त्यावेळेस पाणी, चारा, व्यायाम आणि विश्रांती मिळत असल्याने आजारांचे प्रमाण मोठ्या प्रमाणात कमी झाले.

श्री. धनाजी जाधव दर्जेदार खत दाखवताना

गोचिडांचे प्रमाण कमी झाल्याने गोचिड तापासारखे आजार फारच कमी झाले.

मध्यंतरी दुधाचे दर कमी होऊन दूध व्यवसाय अडचणीत येईल, असे वाटत होते. त्यावेळी निवडक दूध उत्पादकांची सभा भरवण्यात आली आणि या अडचणींवर मात करण्यासाठी काही उपाययोजना आहेत का, यावर चर्चा केली. सर्व दूधउत्पादक दूध दराबाबत बोलत असताना श्री. जाधव म्हणाले, की आज दुधाला पाहिजे त्या प्रमाणात दर नाही. त्यामुळे दुसरे काहीतरी केले पाहिजे. पाण्याच्या बाटलीला आज दुधापेक्षा जास्त दर आहे, असे आपण म्हणतो. पण ग्लासङ्कधील पाण्याला जास्त दर मिळत नाही, कारण त्याचे वितरण करण्याची योग्य व्यवस्था आपल्याकडे नाही. या मुक्त संचार गोठ्यात आपण सारे मिळून असे जिवाणूयुक्त खत तयार करूया, की ज्याचा दर नक्कीच दुधापेक्षा जास्त असेल. त्यांच्या बोलण्यावर सगळे हसले. पण श्री. जाधव आपल्या मताशी ठाम होते. त्यांनी काम सुरू केले. आजही त्यांच्या मुक्त संचार गोठ्यात दर महिन्याच्या १ ते ३ तारखेदरम्यान आजूबाजूंच्या गावांमधून ते पाचट आणून टाकतात व दर महिन्याच्या शेवटी त्यांच्या

झाडाखालील मुक्तसंचार गोठा

गोठ्यातून ते १२ ते १४ ट्रॉली खत बाहेर काढतात. हे खत शेण, मूत, पाचट व उपयुक्त जिवाणूंचे मिश्रण असते. त्यामुळे उत्कृष्ट गुणवत्तेचे जिवाणू खत तयार होते. या खताचे वर्गीकरण करण्यासाठीचे यंत्रही त्यांनी विकत घेतले आहे. त्यांच्या कामाची पद्धत पाहून कृषि विभागाने त्यांना ग्रेडिंग मशीन ५०% अनुदानावर दिले आहे. या यंत्रामध्ये ते सर्व खत एकत्र करून त्याचे वर्गीकरण करतात आणि खताच्या गुणवत्तेनुसार बाजारात ते विकतात. त्यांनी तयार केलेले पहिल्या ग्रेडचे खत ते २० रुपये किलो या दराने विकतात. चिकाटी ठेवून शास्त्रीय पद्धतीने काम केल्यास आपण असाध्य गोष्टही साध्य करू शकतो, हेच त्यांच्या कामावरून दिसून येते.

श्री. जाधव यांनी तयार केलेल्या खताची गुणवत्ता पाहून दिवसेंदिवस त्याची मागणीही वाढत आहे व या वाढीव मागणीची गरज भागवण्यासाठी त्यांनी गावातील इतर दूध उत्पादकांना मदत करून गावात ५० मुक्त संचार गोठे तयार करायचा संकल्प केला आहे. त्यापैकी ३२ मुक्त संचार गोठ्यांचे काम आजपर्यंत पूर्ण केले आहे. त्यांचे दूध संकलन केंद्रही असून त्या माध्यमातून स्वखर्चाने प्रत्येक प्रदर्शनात ते आपल्या दूध उत्पादक जोडीदारांना घेऊन जातात, माहिती देतात व वेळोवेळी गरजेप्रमाणे आर्थिक मदत करून अशा दूध उत्पादकांना आधुनिक पशुपालन करण्यासाठी मदत करतात. त्यांनी गावात साईश सेंद्रिय खत विक्री शेतकरी मंडळ तयार केले असून या माध्यमातून ते नाबार्ड बँकेच्या साहाय्याने उत्पादन संस्था काढणार आहेत. त्यांच्याकडे धार काढण्याचे यंत्रही असून चाऱ्याची कुट्टी करण्यासाठी त्यांनी ट्रॅक्टरवर चालणाऱ्या जंबो कुट्टी यंत्र विकत घेतले असून गावात गरजेप्रमाणे ते यंत्र देतात. आज त्यांच्या गोठ्यातील खात्याचे उत्पन्न महिन्याला ८० हजारांच्या आसपास आहे. आता हे खत योग्य पॅकिंगमधून विकल्यास व फायदा होईल. हे निश्चित.

मुक्त संचार गोठा करतानाच उत्पादित होणाऱ्या सेंद्रिय खतामुळे त्यांची शेतीही सेंद्रिय झाली आहे. त्यामुळे उत्पादित चारा हा सेंद्रिय असल्यामुळे त्यांचा गोठा हा सेंद्रिय गोठा म्हणून नोदणीकृत असून त्यांच्या गोठ्यातील दुध सेंद्रिय असल्यामुळे त्यांना ६ ते ८ रुपये जास्त दर मिळत आहे. एकंदरीतच त्यांनी मुक्त संचार गोठ्याचा अवलंब करून सर्वसामान्य दुध उत्पादकांपुढे एक चांगला आदर्श ठेवला आहे.

● तरुण व्यावसायिकांपुढे आदर्श

दूध व्यवसायाची हेटाळणी 'शेणाचा व्यवसाय' म्हणून होऊ नये, म्हणून आधुनिक तंत्राच्या मदतीने या व्यवसायातील त्रुटी दूर केल्या आणि या व्यवसायास प्रतिष्ठा मिळवून दिली तर खेड्यातील तरुणाला शहरात जाऊन नोकरी शोधण्याची गरज भासणार नाही, असा मोलाचा सल्ला गोविंद डेअरीचे अध्यक्ष श्रीमंत संजीवराजे नाईक निंबाळकर यांनी दिला. त्यानुसार श्री.सागर आप्पासाहेब गावडे यांनी संशोधन करायला सुरूवात केली. पशु-व्यवस्थापनातील सर्वात अवघड काम म्हणजे शेण काढणे, जनावरांना रोज अंघोळ घालणे, गोठा साफ करणे, इत्यादी गोष्टींवर ते उपाय शोधू लागले. मुक्त संचार गोठा पद्धतीचा वापर केल्यास या अडचणींवर सहजपणे मात करता येईल, हे लक्षात आल्याने तरुण वर्ग या व्यवसायाकडे एक शेणाचा व्यवसाय म्हणून न पाहता एक प्रतिष्ठा असलेला व्यवसाय म्हणून पाहत आहे, हे त्यांना समजले.

फलटण शहरापासून साधारणपणे १५ किमी अंतरावरील गुणवरे गावात राहणाऱ्या श्री. सागर गावडे यांनी दैनंदिन अडचणींमुळे घाबरून न जाता कमीत कमी भांडवलात दूध उत्पादनाचा व्यवसाय उभा करून तरुणांनी शहरात जाऊन मिळेल ती नोकरी करण्यापेक्षा खेडेगावात राहून दूध व्यवसायासारखा प्रतिष्ठित व्यवसाय कसा करावा, हे दाखवून दिले आहे. ज्या तरुणांकडे नवीन व्यवसायासाठी भांडवल नाही, असे तरुणही बुद्धी व श्रमाच्या आधारे दूध व्यवसायातून कशी भरभराट करू शकतात, याचे श्री. गावडे हे प्रत्यक्ष उदाहरण आहेत. त्यांचे शालेय शिक्षण आठवीपर्यंतच झाले आहे. त्यांची वडिलोपार्जित सात एकर जमीन असून त्यातील चार एकर कालवा बागायतीसाठी व उर्वरीत ३ एकर चोपणयुक्त जमीन अनुत्पादित आहे.

श्री. सागर गावडे यांचा कमी खर्चाचा गोठा

घरातील परिस्थिती बेताची असल्याने श्री. गावडे यांना पुढील शिक्षण घेता आले नाही. त्यांनी काही दिवस एका कंपनीत हंगामी नोकरी केली, पण त्यात मन रमत नसल्याने त्यांनी वडिलोपार्जित शेती व्यवसायात लक्ष घालायचे ठरवले. त्यांचे वडील जेव्हा शेती करत होते, तेव्हा त्यांच्या घरी दूध देणाऱ्या दोन गायी होत्या. गोविंद डेअरीच्या संपर्कात आल्यानंतर श्री. गावडे यांनी आणखी दोन गायी घेतल्या व व्यवसाय वाढवायचे ठरविले. गायींची संख्या वाढवत नेल्यानंतर मुक्त संचार गोठा पद्धतीचा अवलंब करण्याचे त्यांनी निश्चित केले. पण त्यासाठी त्याच्याकडे भागभांडवल नव्हते. कारण सर्व पैसे त्यांनी गाय खरेदीमध्ये गुंतवले होते. बऱ्याचदा दूधवितरक संस्था दूध उत्पादकास थोड्या फार प्रमाणात अर्थसाहाय्य करतात. म्हणून ते गोविंद डेअरीकडे उचल मागण्यासाठी गेले. त्यांनी डेअरीमध्ये सांगितले, की मला २० गायींसाठी गोठा बांधायचा

आहे. त्यासाठी मला कमीतकमी एक लाखांची उचल हवी आहे. डेअरी व्यवस्थापनासाठी ही एक नामी संधी होती. एक होतकरू तरुण आधुनिक पशु व्यवस्थापनात काहीतरी करू पाहतो आहे, हे विशेष होते. खरेतर, डेअरीला एका तरुणाला एवढी उचल देणे अवघड नव्हते, पण अशा किती तरुणांना मदत करणार आहोत, असा विचार व्यवस्थापनाने केला. त्याऐवजी कमी खर्चातील गोठा व्यवस्थापन पद्धती जर विकसित केली तर ग्रामीण भागातील हजारो तरुणांना हा एक संदेश असेल, की कमी भांडवल असले तरी आपण आपला व्यवसाय करू शकतो. त्यासाठी थांबायची आवश्यकता नाही.

श्री. सागर गावडे यांना डेअरी व्यवस्थापनातर्फे काही छायाचित्रे दाखवण्यात आली. व्यवस्थापन प्रतिनिधी त्यांना म्हणाले, की या पद्धतीने जर तुम्ही मुक्त संचार गोठा केलात, तर तुम्हाला एक लाख रुपयांची गरजच पडणार नाही. कमी खर्चात तुझे काम चालू होईल. श्री. गावडे यांच्या अभ्यासू मनाला हे

श्री. सागर गावडे यांनी कमी खर्चात तयार केलेली बारदानाची गव्हाण

विचार पटले. ते म्हणाले, की मला तुमचे एक लाख रुपये नकोत. मी आठ दिवसांत असा गोठा तयार करतो, तो पाहण्यासाठी मात्र तुम्ही अवश्य या. त्यानंतर ५ ते ६ दिवसांतच डेअरी व्यवस्थापनास श्री. सागर गावडे यांचा फोन आला व त्यांनी दुसऱ्या दिवशी गोठा पाहायला येण्याचे निमंत्रण दिले. त्याप्रमाणे व्यवस्थापन प्रतिनिधी गोठा पाहायला गेले. त्यांचा त्यांच्या डोळ्यांवर विश्वासच बसेना. कारण श्री. सागर गावडे यांनी घरचे साहित्य व रुपये ३,५०० मध्ये विकत घेतलेल्या काही साहित्याच्या आधारे २० गायी सहजपणे वावरू शकतील, असा प्रशस्त आकाराचा मुक्त संचार गोठा तयार केला होता. यामध्ये त्यांनी गोठ्यातच जनावरांना आवश्यकतेनुसार सावली, बसायला मऊ जागा, ग्रुमिंग करायला ब्रश, २४ तास पाणी व चाऱ्याची व्यवस्था केली होती. श्री. गावडे यांनी सांगितले, की माझ्या या गोठ्याची तुलना आपण इस्राइलमधील गोठ्याशी केली तर त्यांच्याकडे भल्या मोठ्या शेड असतात व उन्हाच्या / सावलीच्या गरजेप्रमाणे तेथील पत्र्यांची हालचाल स्वयंचलित पद्धतीने होते. त्याप्रमाणे इथे भलेमोठे आंब्याचे झाड आहे व या झाडाखाली जनावरे पाहिजे त्या वेळेस बसतात आणि पाहिजे त्या वेळेस उन्हात जातात. त्यांच्याकडे एकेक लाख रुपयांचे ग्रुमिंग ब्रश आहेत. आम्ही दोनशे रुपयांत लाकडाला काथ्या बांधून ब्रश तयार केला आहे. त्यांच्याकडे जनावरांना बसण्यासाठी गाद्या असतात, आपण मात्र भरपूर प्रमाणात मिळणारी पाचट गादी म्हणून टाकली आहे. त्यामुळे जनावरे अगदी निवांत बसू शकतात.

या गोठ्यात एकच गोष्ट राहिली होती, ती म्हणजे बाहेरून चारा टाकण्यासाठीची गव्हाण. त्यासाठी वीस हजारांची उचल श्री. गावडे यांनी मागितली. डेअरी व्यवस्थापनाने गव्हाणीची काही छायाचित्रे त्यांना दाखवली. त्यानुसार त्यांनी उचल न घेता तिसऱ्या दिवशी ६०० रुपयांत २० गायींसाठी गव्हाण तयार केली. अशाप्रकारे आपल्याकडे उपलब्ध असणाऱ्या साधनसामग्रीपासून आधुनिक पद्धतीचा, कमी श्रमाचा व अधिक उत्पादन देणारा मुक्त संचार गोठा कसा करता येऊ शकतो, याचा आदर्शच त्यांनी ग्रामीण क्षेत्रातील युवकांसमोर ठेवला. यानंतर सहा महिन्यांनी डेअरी व्यवस्थापनाने त्यांना जमा पैशांतून चांगला गोठा तयार करण्याची शिफारस केली. पण ते म्हणाले, की तुम्ही बऱ्याच व्याख्यानांमध्ये सांगितले आहे, की जनावराचे पोट चारा पचवण्यासाठी असते. पण आपण त्यांना चांगल्या प्रतीचा चारा देऊ शकत नाही, म्हणून म्हणून आपल्याला पशुखाद्याचा आधार घ्यावा लागतो. रासायनिक खते व औषधांच्या अतिरेकी वापरामुळे आपल्या शेतीची गुणवत्ता कमी होत चालली असून त्यातून तयार होणारा चाराही कमी गुणवत्तेचा आहे. आपल्या जमिनीची सुपीकता जर आपण वाढवली तर आपणास चांगल्या गुणवत्तेचा चारा मिळेल. म्हणून त्यांनी शिल्लक असलेल्या पैशांतून तलावातील सुपीक माती दीड एकर जमिनीत आणून टाकली. त्यामुळे ते आता चांगल्या गुणवत्तेचे चारा उत्पादन आता घेऊ शकतात. पुढे जाऊन त्यांनी हायड्रोपोनिक चारा उत्पादन, अझोला उत्पादन, मूरघास असे अनेक कमी खर्चातील प्रयोग केले. जो तरुण नोकरीसाठी वणवण फिरत होता, तोच आता २-३ तरुणांचा आधार बनू पाहत आहे.

मुक्त संचार गोठ्यातील आतील बाजूची गव्हाण

दोन बाजूंस गोठा व मध्ये गव्हाण म्हणजे दोनपाखी गोठा

● उद्योजकाचा वसा

फलटणपासून सुमारे १७ किमी पूर्वेकडे निंबळक हे गाव असून येथील जमीन बागायती असल्याने उसाचे प्रमाण जास्त आहे. श्री. हिरालाल सस्ते पदवीधर असून ते एका मार्केटिंग कंपनीत नोकरी करत होते. त्यांचे कुटुंब विभक्त झाल्याने वडिलांवर कुटुंबाची जबाबदारी आली. पुढे वडिलांना शेतीचे काम होईना, म्हणून हिरालाल यांनी नोकरी सोडून शेतीतच लक्ष घालायचे ठरविले. आता वडील व छोटा भाऊ राहुल यांच्या मदतीने त्यांनी शेतीबरोबरच दुग्धोत्पादनाचा व्यवसायही सुरू केला आहे. त्यांच्याकडे एकूण दहा गायी, चार कालवडी व एक म्हैस अशी जनावरे होती. त्यांच्याकडे एकूण सात एकर जमीन असून त्यापैकी साडेतीन एकर जमिनीवर ऊस तर दोन एकर जमिनीवर डाळिंबाची लागवड होते. उर्वरीत २० गुंठे जमिनीवर डीएचएन-६, १० गुंठे मेथीघास, १० गुंठे मारवेल गवत व २० गुंठे जमिनीत मका असे जनावरांसाठीच्या चारा पिकाचे उत्पादन घेतले जाते.

श्री. सस्ते त्यांना नवनवीन गोष्टी शिकून त्याची अंमलबजावणी करण्याचा छंद आहे. गोविंद डेअरीच्या संपर्कात आल्यानंतर त्यांनी मुक्त संचार गोठा करण्याबद्दल उत्सुकता दाखवली. श्री. दादा पवार यांचा कमी खर्चातील मुक्त संचार गोठा प्रत्यक्ष पाहिल्याने आपणही असा गोठा करावा, असा निश्चय त्यांनी केला. लाकूड, बांबू यांच्या सहाय्याने त्यांनी त्यांच्या जुन्या शेडवजा बंदिस्त गोठ्याचे रुपांतर मुक्त संचार गोठा पद्धतीत केले. या पद्धतीचा फायदा जाणवल्याने त्यांनी गोविंद डेअरीच्या विस्तार अधिकाऱ्यांशी संपर्क वाढला व मुक्त संचार गोठ्यात कोणकोणते केले म्हणजे जास्त फायदा मिळेल, याची माहिती घेतली. त्यांनी मुक्त संचार गोठ्यात जनावरांसाठी लाकडी खांब रोवून ग्रुमिंग ब्रश तयार केला. गोठ्यामध्ये पाचट टाकून त्यात ईएम द्रावणाचा वापर केल्याने चांगल्या गुणवत्तेचे खत गोठ्यातच तयार होऊ लागले. या खताच्या वापराने त्यांचे शेतीचे उत्पन्न वाढले. गेल्या वर्षी त्यांच्या चौथ्या कापणीच्या ऊसाचे एकरी उत्पन्न ८९ टन एवढे विक्रमी निघाले होते, यावरून मुक्त

संचार गोठ्यातील खताची ताकद लक्षात येते. त्यांची जमीन भुसभुशीत झाल्याने कमी पाण्याच्या वापरात अधिक उत्पन्न निघू लागले. गोचीड नियंत्रणासाठी त्यांनी त्यांच्या गोठ्यात ५० कोंबड्या सुद्धा सोडल्या होत्या यामुळे त्यांना खूप फायदा झाला.

त्यांच्या दैनंदिन नियोजनात प्रत्येक गायीस सकाळी धार काढल्यानंतर १५ किलो हायड्रोपोनिक चारा व अर्धा किलो अझोला इतर हिरव्या चाऱ्याबरोबर दिला जातो. त्यानंतर सायंकाळी पुन्हा दूध काढल्यानंतर हिरवा चारा, मेथी घास व वाळलेला चारा असा आहार दिला जातो. श्री. हिरालाल सस्ते पशुखाद्य स्वतःच तयार करतात. सुरुवातीस त्यांना गोविंद डेअरीच्या तज्ज्ञांनी चाऱ्याच्या बदलानुसार १४ ते १५ पशुखाद्ये तयार करून दिली. त्यानुसार त्यांना चारा बदलल्यावर पशुखाद्याच्या घटकांमध्ये बदल करण्यासाठी तज्ज्ञांची मदत घ्यावी लागत नाही.

पशुखाद्यात ते प्रामुख्याने सरकी पेंड, फुल फेट सोयाबीन, मका, मिनरल मिक्चर व मीठ हे घटक वापरतात. त्यांनी चांगल्या गुणवत्तेचे धार काढण्याचे यंत्रही विकत घेतले असून वेळच्या वेळी लसीकरण व जंत निर्मुलन केले जाते. हायड्रोपोनिक चारा उत्पादनासाठी बांबू व लाकूड यापासून दररोज १५० किलो चारा तयार करणारे युनिट त्यांनी बनवले आहे.

मुक्त संचार गोठा व्यवस्थापन पद्धतीचा अवलंब केल्यामुळे काम कमी झाले, जनावरांचे आजारपण कमी झाले व औषध खर्चातही बचत झाली आहे. दुधाची फेट पूर्वी ३.८ ते ३.९ % इतकी असायची, परंतु आता ४.२ ते ४.५ % एवढी फेट बसत असून एसएनएफ सुद्धा ९.००% च्या वर असतो. त्यांचा गोठा पूर्वी लाकडाचा होता, तो आता लोखंडी खांब व लोखंडी जाळी वापरून केला आहे. मूरघास करण्यासाठी पिट तयार केले आहे. त्यांचा गोठा हा

मुक्त संचार गोठ्याशेजारी श्री. हिरालाल सस्ते

इकोसर्ट या कंपनीकडून सेंद्रिय प्रमाणित असून तसे प्रमाणपत्रही त्यांना मिळाले आहे. सेंद्रिय दुधामुळे त्यांना जास्त दर मिळत आहे. गोठ्यामध्ये तापमान नियंत्रित करण्यासाठी त्यांनी सुमारे सहा हजार रुपये खर्च करून स्वयंचलित तापमान नियंत्रक तयार केला असून उन्हाळ्यामध्ये गोठ्यातील तापमान एकदम वाढले तर सेन्सरच्या सहाय्याने ही यंत्रणा कार्यन्वित होते व काही मिनिटांतच तापमान नियंत्रित होते. त्यामुळे उन्हापासून होणारे दुष्परिणाम या गोठ्यात होत नाहीत. या व्यवसायाच्या मदतीने त्यांनी दीड एकर जमीन नुकतीच विकत घेतली आहे. घरही बांधले असून चारचाकी गाडीही घेतली आहे. आजपर्यंत त्यांच्या गोठा पाहण्यासाठी राज्यातून, राज्याबाहेरून तसेच विदेशातूनही बरेचसे शेतकरी येत आहेत व श्री. हिरालाल सस्ते यांच्याकडून कमी खर्चातील आधुनिक तंत्रज्ञानाचे धडे घेत आहेत. अनेकांनी आपापल्या भागांमध्ये असे मुक्त संचार गोठे तयार करण्यास सुरुवात केली आहे. श्री. हिरालाल सस्ते यांच्या या गोठ्याला भेट देणाऱ्या शेतकऱ्यांची संख्या वाढल्याने येथे गोविंद डेअरीने प्रशिक्षण केंद्र सुरू केले आहे. शेकडो शेतकऱ्यांना या ठिकाणी प्रात्यक्षिकासह प्रशिक्षण दिले जाते. श्री. सस्ते सल्लागार म्हणून मोठमोठ्या गोठ्यांना मार्गदर्शन करण्यासाठी जात आहेत. नुकताच पुण्याजवळ १०० थारपारकर गायींचा गोठा उभा करण्यासाठी त्यांनी मार्गदर्शन केले असून नामांकित व्यक्तींनी श्री. सस्ते यांच्या कामाचे कौतुक केले आहे.

कमी खर्चाचा ग्रुमिंग ब्रश

लेखक परिचय

डॉ. शांताराम पांडुरंग गायकवाड
बी.व्ही.एस.सी. ॲन्ड ए.एच.

- १९९४ मध्ये क्रांतिसिंह नाना पाटील पशुवैद्यकीय महाविद्यालय, शिरवळ येथून पशुवैद्यकीय पदवी

- मयूर सहकारी दूध संघ, कोल्हापूर या कोल्हापूर व बेळगाव कार्यक्षेत्र असणाऱ्या या दूध संघातून त्याच्या कामकाजास सुरूवात; मोफत पशुवैद्यकीय सेवा, कमी खर्चाचे कार्यक्रम रेतन योजना, पशुखाद्य उत्पादन व दूध संकलन या क्षेत्रात प्रभावी काम

- दोन वर्षे पुणे जिल्हा दूध संघात विस्तार सेवेचे कामकाज; स्वच्छ दूध उत्पादन प्रकल्प तयार करून अंमलबजावणी करण्यात महत्त्वाचे योगदान

- गेल्या ८ वर्षांपासून गोविंद मिल्क ॲन्ड मिल्क प्रॉडक्ट या डेअरीत काम

- कमी खर्चाचा मुक्त संचार गोठा ही संकल्पना प्रभावीपणे राबवली. या कामकाजाची दखल घेऊन वसंतराव नाईक कृषी व संशोधन फाउंडेशन, मुंबई या संस्थेतर्फे गोविंद दूध डेअरीस 'वसंतराव नाईक पशुसंवर्धन व दुग्धव्यवसाय विकास-२०१०' पुरस्कार

- कमी खर्चात व किफायतशीर मुरघास, आहार संतुलन, अझोला उत्पादन, मिनरल मिक्सर निर्मिती, बायपास फेट निर्मिती, वासरे संगोपनासाठी मिल्क रिप्लेसर व काल्फ स्टार्टर, मोड आलेल्या धान्याचा आहारात प्रभावी वापर, कमी खर्चाचे हायड्रोपोनिक चारा उत्पादन, यशस्वी दूध उत्पादक संचालित प्रशिक्षण व संशोधन केंद्र इत्यादी प्रभावी प्रकल्प

- क्रांतिसिंह नाना पाटील पशुवैद्यकीय ऑल्युमिनाय संघटना यांच्याकडून २०१३ मध्ये उत्कृष्ट विस्तारविषयक कामकाजासाठी देण्यात येणारा 'बेस्ट एक्सटेंशन व्हेटेनरीयन - २०१३' हा पुरस्कार प्राप्त

- कमी खर्चात केलेल्या प्रयोगांच्या प्रसारासाठी महाराष्ट्रात व महाराष्ट्राबाहेरही दूध उत्पादकांसाठी व्याख्याने

- कमी खर्चात जास्त चारा उत्पादन देणाऱ्या हायड्रोपोनिक तत्त्वावर मराठीत पुस्तक लेखन. या पुस्तकाची हिंदी आवृत्तीही प्रसिद्ध. दोन्ही पुस्तके सकाळ प्रकाशनतर्फे प्रकाशित.

बंदिस्त गोठा पद्धतीतील शेपटीकडे - शेपटी गोठा पद्धत

बंदिस्त गोठा पद्धतीतील तोंडाकडे - तोंड गोठा पद्धत

कमी खर्चाचा व जनावरांना आवडणारा
गवताचे छत असणारा गोठा

शेडचा खर्च वाचविण्यासाठी
झाडाची सावलीचा वापर करु शकतो

सिमेंट काँक्रिट शिवाय मुरुम व मातीचा गोठा

लाकडी खांब व बांबू वापरुन केलेले कुंपण

बांबू आतल्या बाजूने घेऊन
खिळा मारुन घट्ट केले आहेत

कमी खर्चात लाकडी दरवाजा

पाणी पिण्यासाठी छोटी सिमेंट टाकी

प्लॅस्टीक बॅरेलची गव्हाण

मुक्त संचार गोठ्यातील आतील बाजूची गव्हाण

मध्यम खर्चाचा एकपाखी गोठा

कमी खर्चाचे ग्रुमिंग ब्रश

दगडी कुंपणाची भिंत असलेला मुक्त संचार गोठा

दोन बाजूंस गोठा व मध्ये गव्हाण म्हणजे दोनपाखी गोठा

मुक्त संचार गोठ्यातील बाहेरुन
चारा टाकावयाची गव्हाण

मुक्त संचार गोठ्यातील आत जाऊन
चारा टाकावयाची गव्हाण

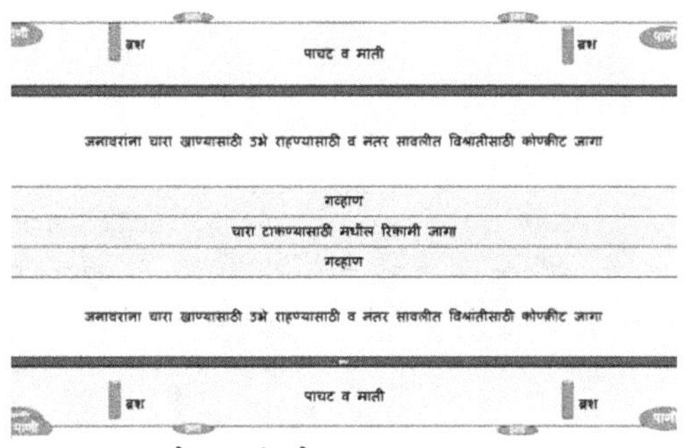

दोनपाखी गोठ्याचा आराखडा

लॉकिंग पद्धतीची गव्हाण

जास्त जनावरांसाठी गोठा आराखडा

कमी खर्चाचे कुंपण

कमी खर्चाचा ग्रुमिंग ब्रश

कमी खर्चाची बारदानाची गव्हाण

जास्त जनावरे असणाऱ्या गोठ्यात आवश्यक गव्हाण

मुक्तसंचार गोठ्यातील पावडरसारखे जिवाणूयुक्त खत

ई एम द्रावण - जिवाणू खतासाठी उपयुक्त

यशस्वी शेतकरी स्वतःचे प्रशिक्षण केंद्र चालवताना

श्री. दादा पवार यांचा पहिला मुक्त संचार गोठा

श्री. धनाजी जाधव आपल्या जनावरांसोबत

श्री. दादा पवार यांचा सुधारित मुक्तसंचार गोठा

झाडाखालील मुक्तसंचार गोठा

श्री. दादा पवार यांचा ३० सुधारित गायींचा गोठा

श्री. धनाजी जाधव दर्जेदार खत दाखवताना

श्री. सागर गावडे यांचा कमी खर्चाचा गोठा

श्री. सागर गावडे यांनी कमी खर्चात तयार केलेली बारदानाची गव्हाण

मुक्त संचार गोठ्याशेजारी श्री. हिरालाल सस्ते

तुमच्या मुक्त संचार गोठ्यात तयार झालेल्या खताची जाहिरात तुम्हीच करा !

जाहिरात तयार करण्यासाठीचा नमुना

पिकांसाठी उत्तम खत
(तुमच्या खताचे नाव)

भूसंवर्धक मुक्त संचार गोठ्यातील जिवाणूयुक्त खत

हे खत मुक्त संचार गोठ्यामधील असून यामध्ये जनावरांचे शेण, गोमूत्र, पालापाचोळा व उपयुक्त जिवाणूंचा वापर करून तयार झालेले उत्तम दर्जाचे सेंद्रिय खत आहे.

- .... (तुमच्या खताचे नाव) .... जमिनीचे भौतिक, जैविक, रासायनिक गुणधर्म सुधारण्यास मदत करते.

- .... (तुमच्या खताचे नाव) .... वापरल्याने यातील उपयुक्त जिवाणूंमुळे जमीन भुसभुशीत होते. जलधारण क्षमता वाढून जमिनीचा पी.एच. संतुलित राहतो.

- .... (तुमच्या खताचे नाव) .... खतात असलेल्या सेंद्रिय पदार्थांमुळे जमिनीतील अन्नधान्याचे प्रमाण वाढून पिकास ते उपलब्ध होते.

- .... (तुमच्या खताचे नाव) .... वापरल्याने यातील उपयुक्त जिवाणूंमुळे हानिकारक जिवाणू, बुरशीचा प्रादूर्भाव कमी होतो.

- .... (तुमच्या खताचे नाव) .... पूर्णपणे सेंद्रिय, सुरक्षित व वापरण्यास अतिशय सोपे आहे.

(तुमच्या खताचे नाव)

पत्ता ....

....

संपर्कासाठी फोन नं./मो.नं. ....

www.ingramcontent.com/pod-product-compliance
Lightning Source LLC
Chambersburg PA
CBHW050551160726

48003CB00002B/851